கிழவியும் பூனையும்

அர்மீனியச் சிறார் கதைகள்

ஆங்கிலம் வழி தமிழில்: **ச.சுப்பாராவ்**

BOOKS FOR CHILDREN

Kizhaviyum Poonaiyum

Translated by : **C. Subbarao**
Illustration: K. Chokkalingam
First Edition: September, 2022

Published by
BOOKS FOR CHILDREN
im print of Bharathi Puthakalayam
7, Elango Salai, Teynampet, Chennai - 600 018
Email: bharathiputhakalayam@gmail.com | www.thamizhbooks.com

கிழவியும், பூனையும்

ஆங்கில வழி தமிழில்: **ச.சுப்பாராவ்**
ஓவியம்: கி. சொக்கலிங்கம்
முதல் பதிப்பு: செப்டம்பர், 2022

வெளியீடு

புக்ஸ் ஃபார் சில்ரன்
பாரதி புத்தகாலயத்தின் ஓர் அங்கம்
7, இளங்கோ சாலை, தேனாம்பேட்டை, சென்னை-600 018
தொலைபேசி : 044-24332424, 24330024 | விற்பனை: 24332924

விற்பனை நிலையம்

7, இளங்கோ சாலை, தேனாம்பேட்டை, சென்னை- 600 018.
அருப்புக்கோட்டை: கதவுஎண் 49 A/4 மெயின் ரோடு, தெற்கு தெரு - 9994173551
ஈரோடு: 39: 39 ஸ்டேட் பாங்க் சாலை - 9245448353 | **கரூர்:** நாரத கானசபா அருகில் (TNGEA OFFICE)- 9442706676
காரைக்குடி : 12, 2 வது தெரு, கம்பன் மணிமண்டபம் பின்புறம் - 9443406150
கும்பகோணம்: 352, ரயில் நிலையம் எதிரில் - 9443995061 | **குன்னூர்:** N.K.N வணிக வளாகம் பெட்போர்ட்
கோவை: 77, மசக்காளிபாளையம் ரோடு, பீளமேடு - 8903707294
சிதம்பரம்: 22A / 18B தேரடி கடைத் தெரு, கீழவீதி அருகில் - 9994399347
செங்கல்பட்டு: 1 D ஜி.எஸ்.டி சாலை - 044 27426964 | **சேலம்:** 15, வித்யாலயா சாலை சாலை
சேலம்: பாலம் 35, அத்வைத ஆஸ்ரமம் சாலை 0427 2335952
தஞ்சாவூர்: காந்திஜி வணிக வளாகம் காந்திஜி சாலை - 9655542400
திண்டுக்கல்: பேருந்து நிலையம் - 9942331105, 9976053719
திருச்சி: வெண்மணி இல்லம், கரூர் புறவழிச்சாலை - 9994289492
திருநெல்வேலி: 25A, ராஜேந்திரநகர் - 9442149981 | **திருப்பூர்:** 447, அவினாசி சாலை - 9486105018
திருவண்ணாமலை: முத்தம்மாள் நகர் | **திருவல்லிக்கேணி:** 48, தேரடி தெரு - 9444428358
திருவாரூர்: 35, நேதாஜி சாலை - 9442540543 | **நாகர்கோவில்:** 699 கே.பி.ரோடு R.V.புரம் - 9443450111
நெய்வேலி: பேருந்து நிலையம் அருகில், - 9443659147 | **பழனி:** பேருந்து நிலையம் அருகில் - 7010760693
பாண்டிச்சேரி : கிழக்கு கடற்கரைச்சாலை, இலாசுப்பேட்டை, 9486102777
பெரம்பூர்: 52, கூக்ஸ் ரோடு - 9444373716 | **மதுரை:** 37A, பெரியார் பேருந்து நிலையம் - 045 22324674
மதுரை: சர்வோதயா மெயின்ரோடு
வடபழனி: பேருந்து நிலையம் எதிரில் அடையார் ஆனந்தபவன் மாடியில் - 9444476967
விருதுநகர்: 131, கச்சேரி சாலை - 0456 2245300 | **வேலூர்:** பேஸ் III, சத்துவாச்சாரி - 9442553893

அச்சு : பிரிண்டெக், சென்னை - 600 005.

அன்புக் குழந்தைகளே,

அர்மீனியா என்பது ஆசியாக் கண்டத்தில் உள்ள மிகப் பழமையான நாடாகும். துருக்கி, ஈரான் என்றெல்லாம் நீங்கள் படித்திருப்பீர்கள் அல்லவா? அவற்றின் பக்கத்தில் உள்ள நாடு. சோவியத் யூனியனின் பகுதியாக இருந்து இப்போது தனி நாடாக இருக்கிறது. நம் இந்தியாவைப் போலவே பழமையான நாடு என்பதால் தனித்துவமான கலாச்சாரமும், பண்பாடும் கொண்ட நாடு.

எல்லா நாடுகளின் தாத்தா பாட்டிகளைப் போலவே அர்மீனியா தாத்தா பாட்டிகளும் தம் பேரன் பேத்திகளுக்கு நிறைய, நிறைய கதைகள் சொல்லி இருக்கிறார்கள். எல்லாம் மிகப் பழைய கதைகள். பல நூற்றாண்டுகளாக பல தாத்தா, பாட்டிகள் சொல்லி வந்த கதைகள். அர்மீனிய மொழியிலிருந்து ஆங்கிலத்தில் மொழிபெயர்க்கப்பட்டவை. உங்களுக்காக இப்போது நான் அவற்றை தமிழில் மொழிபெயர்த்திருக்கிறேன். இந்தக் கதைகளை அழகான தொகுப்பாக வெளியிடும் புக் ஃபார் சில்ரன்ஸ்ஸிற்கு என் அன்பும், நன்றியும்...

எல்லாமே வேடிக்கையான கதைகள். பூனைகளும், கரடிகளும், ஓநாய்களும், எலிகளும் மனிதர்களைப் போலவே பேசும் கதைகள். இவற்றில் மாய மோதிரங்கள், மந்திரப் பைகள், கடல்கன்னிகள் எல்லாம் உண்டு. அவை நீதி போதிக்கும் கதைகளாகவும் இருக்கும். நிறைய கதைகள் நம் இந்தியக் கதைகள் போலவும் இருக்கும். காரணம் வேறு வேறு நாடுகள், வேறு வேறு மொழிகள், வேறு வேறு பழக்க வழக்கங்கள் என்றாலும் கூட, மனித குணம் எல்லோருக்கும் ஒன்று தானே...

கதைகளைப் படித்து மகிழ்ச்சியாக இருங்கள்...

என்றென்றும் அன்புடன்

ச.சுப்பாராவ்

உள்ளே...

1
முட்டாள்

முன்னொரு காலத்தில் ஒரு பணக்காரன் இருந்தான். ஒழுங்கற்ற வாழ்க்கை காரணமாக தன் செல்வம் முழுவதையும் இழந்தான். ஒரு நாள் அவன் தனது வறுமையை நினைத்து வருத்தப் பட்டு உட்கார்ந்திருந்த போது, அவனது தந்தையின் நண்பர்கள் அவனுக்கு ஆறுதல் கூறினார்கள். அவர்களில் வயதில் மூத்தவரான ஒருவர் பின்வருமாறு கூறினார்.

"தம்பி, நீ அதிருஷ்டத்தை கோபப்படுத்தி விட்டாய். அதனால் அது உன்னை விட்டுச் சென்றுவிட்டது. நீ அதைத் தேடிச் சென்று சமாதானம் செய்து கொண்டால், நீ அதிருஷ்டசாலியாக மாறிவிடுவாய்."

அவன் உடனே கிளம்பினான். தன் அதிருஷ்டத்தைத் தேடி காடு மேடு மலைகளில் எல்லாம் அலைந்தான். ஒரு நாள் இரவு அதிருஷ்டம் தன்னைப் போல்

மனித உருவில் இருப்பதாகவும், ஒரு மலை மீதிருந்து விழுந்து முகம் முழுக்க அடிபட்டு அழுது கொண்டிருப்பதாகவும் கனவு கண்டான். உடனே அவன் அந்த மலையைத் தேடிப் போனான். வழியில் ஒரு மண்மேட்டில் ஒரு சிங்கம் உட்கார்ந்திருப்பதைப் பார்த்தான்.

"மனிதனே ! பயப்படாதே ! எங்கே செல்கிறாய்?" என்றது சிங்கம்.

"நான் என் அதிருஷ்டத்தைத் தேடிச் செல்கிறேன்," என்றான் இவன்.

"நல்லது. ஏழு ஆண்டுகளாக நடக்க முடியாமல் இருக்கிறேன். உன் அதிருஷ்டத்தைப் பார்த்தால் எனது நோய்க்கு என்ன மருந்து என்று கேட்டு வா," என்றது சிங்கம்.

"சரி," என்று சொல்லி விட்டு தன் பயணத்தைத் தொடர்ந்தான். விரைவிலேயே ஒரு பழத் தோட்டத்தை அடைந்தான். அங்கு எல்லா வகையான பழ மரங்களும் இருந்தன. சில பழங்களைப் பறித்து உண்ண ஆரம்பித்தான். எல்லாமே கசப்பாக இருந்தன. அப்போது அங்கு வந்த தோட்டக்காரன், இவனை "நீ எங்கே செல்கிறாய்?" என்று விசாரித்தான்.

"நான் எனது அதிருஷ்டத்தைத் தேடிச் செல்கிறேன்." "என் தோட்டத்து பழங்கள் இனிப்பாக மாறுவதற்கு என்ன செய்ய வேண்டும் என்று உன் அதிருஷ்டத்திடம் கேட்டுச் சொல்," என்றான் தோட்டக்காரன். "சரி" என்று சொல்லி விட்டு தன் பயணத்தைத் தொடர்ந்தான் இவன்.

வழியில் பெரிய தோட்டத்திற்கு நடுவே அழகான ஒரு மாளிகை இருந்தது. அதில் அழகிய பெண் ஒருத்தி இருந்தாள்.

“நீ ஏன் இங்கு வந்தாய்?” என்றாள் அவள்.

இவன் தனது கதையைக் கூறினான். அந்தப் பெண், “என்னிடம் இந்த மாளிகையும், ஏராளமான செல்வங்களும் உள்ளன. ஆனால் நான் மகிழ்ச்சியாக இல்லை. இரவும், பகலும் பெருமூச்சு விட்டபடி சோகமாகவே இருக்கிறேன். உன் அதிருஷ்டத்திடம் கேட்டு எனக்கு மகிழ்ச்சி தரும் கருவி இருந்தால் கொண்டு வா. நான் உனக்கு நிறைய வெகுமதி அளிப்பேன்,” என்றாள்.

“சரி” என்று தன் பயணத்தைத் தொடர்ந்த அவன் தனது கனவில் வந்த மலைக்கு அருகில் வந்துவிட்டான். கனவில் வந்ததைப் போலவே முகத்தில் அடிபட்ட மனிதன் ஒருவன் இருந்தான். இவன் அந்த மனிதனிடம் நடந்த அனைத்தையும் கூறினான்.

“நான் தான் உனது அதிருஷ்டம். என்னைத் தேடி இவ்வளவு தொலைவு நீ பயணம் செய்து வந்ததால், உன் எல்லா கேள்விகளுக்கும் பதில் தருகிறேன்,” என்று அதிருஷ்ட மனிதன் பதில் தந்தான்.

அதிருஷ்டத்தை தன்னுடன் வருமாறு இவன் அழைத்தான். “நீ முன்னால் செல். நான் பின்னால் வருகிறேன்,” என்றான் அதிருஷ்ட மனிதன்.

மீண்டும் வந்த வழியே பயணம் செய்து அந்த இளம் பெண்ணைப் பார்த்தான். “நீ விரும்பும் மனிதனைத் திருமணம் செய்து கொண்டால் உன் துன்பம் தீரும்,” என்று சொல்லிவிட்டு, பயணத்தைத் தொடர்ந்தான்.

வழியில் தோட்டக்காரனைச் சந்தித்தான். “நீ தோட்டத்திற்கு நீர் பாய்ச்சும் ஓடையில் தங்கத் தாது உள்ளது. தாவரங்கள் நீரோடு சேர்ந்து தங்கத்தை உறிஞ்சுவதால் அவற்றின் பழங்கள் கசக்கின்றன. அந்த

ஓடையைத் தோண்டி, தங்கத்தை எடுத்துக் கொண்டு விட்டு, பிறகு நீர் பாய்ச்சினால் பழங்கள் இனிக்கும்,” என்று சொல்லிவிட்டு மீண்டும் பயணத்தைத் தொடர்ந்தான்.

சிங்கத்திடம் வந்தான். சிங்கத்திடம் நடந்த அனைத்தையும் கூறினான். “அந்த இளம் பெண் என்ன பரிசு தந்தாள்?” என்றது சிங்கம்.

“அவள் என்னைக் காதலிப்பதாகவும், என்னை மணக்க ஆசைப்படுவதாகவும் சொன்னாள். நான் மறுத்துவிட்டு வந்துவிட்டேன்,” என்றான் இவன்.

“தோட்டக்காரன் என்ன பரிசு தந்தான்?” என்றது சிங்கம்.

“ஓடையிலிருந்து தங்கத்தை எடுத்த தோட்டக்காரன், ஒரு குதிரை சுமக்குமளவு தங்கத்தை எனக்குத் தந்தான். அத்தனை பெரிய சுமையோடு பயணம் செய்வது கடினம் என்று வேண்டாம் என்று சொல்லிவிட்டேன்,” என்றான் இவன்.

“சரி, என் வியாதிக்கு என்ன மருந்து என்று அதிருஷ்ட மனிதன் சொன்னான்?” என்று கேட்டது சிங்கம்.

“ஒரு முட்டாளைக் கொன்று தின்றால் உன் நோய் தீர்ந்து விடுமாம்,” என்றான் இவன்.

“செல்வம் மிக்க அழகான இளம் பெண்ணை வேண்டாம் என்றாய். குதிரை சுமக்குமளவு தங்கத்தையும் வேண்டாம் என்றாய். உன்னை விட முட்டாள் உலகில் வேறு யாரும் இருக்க முடியாது,” என்றபடி சிங்கம் அவனை ஓங்கி ஒரு அறை அறைந்து கொன்றது. அவனைத் தின்றதும் அதன் நோயும் நீங்கியது.

முட்டாள்களுக்கு என்றும் அதிருஷ்டம் உதவுவதில்லை.

2
பெண்ணின் சக்தி

செர்கிஸ் ஒரு விவசாயி. அவன் தினமும் காலையில் வயலுக்குச் செல்லும் முன்பும், மாலையில் வேலை முடித்து வந்ததும் பிரார்த்தனை செய்வான். ஒரு நாள் அவனது மனைவி,

"உங்கள் பிரார்த்தனையில் ஏன் பெண்களின் சக்தியிலிருந்து என்னை காப்பாற்று என்று கடவுளிடம் வேண்டுவதில்லை?" என்று கேட்டாள்.

"பெண்களின் சக்தியா? பெண்கள் பற்றியோ, அவர்களின் தந்திரங்கள் பற்றியோ அச்சப்படும் அளவு நான் கோழை இல்லை," என்றான் செர்கிஸ் .

"பெண்கள் பற்றி நீங்கள் இப்படித் தான் நினைக்கிறீர்களா?" என்றாள் அவன் மனைவி.

"ஆமாம். இதுதான் பெண்கள் பற்றிய எனது கருத்து," என்றான் அவன்.

பெண்களின் சக்தி பற்றி கணவனுக்கு நல்ல பாடம் புகட்ட வேண்டும் என்று அவன் மனைவி முடிவுசெய்தாள். கடைக்குச் சென்று கொஞ்சம் மீன்

வாங்கினாள். கணவனுக்கு சாப்பாடு எடுத்துச் செல்லும் போது அந்த மீனைகளையும் எடுத்துச் சென்றாள். கணவன் வயலில் சற்று தள்ளி ஒரு மரத்தடியில் உட்கார்ந்து சாப்பிட ஆரம்பித்தான். அந்த நேரம் மனைவி வயலில் ஆங்காங்கே மீன்களைப் புதைத்து வைத்தாள். சாப்பிட்டு வந்ததும், கணவன் உழ ஆரம்பித்தான். அப்போது கலப்பை முனையில் அந்த மீன்கள் எல்லாம் சிக்க, அவற்றை எடுத்துக்கொண்டான். மாலையில் வீடு வந்ததும், கடவுள் வயலில் மீன்களைப் படைத்து வைத்திருந்ததாகச் சொல்லி மனைவியிடம் கொடுத்தான். அவற்றை மறுநாள் உணவிற்குச் சமைக்கச் சொன்னான். மறுநாள் சமையலை முடித்த மனைவி, மீன்களை எல்லாம் சாப்பிட்டுவிட்டு, கணவனுக்கு பட்டாணிக் குழம்பை எடுத்துக் கொண்டு வயலுக்குப் போனாள்.

"மீன் எங்கே?" என்றான் செர்கிஸ்.

"மீனா? எந்த மீன்?" என்றாள் மனைவி.

"என்னது, எந்த மீனா? நான் வயலிலிருந்து எடுத்து வந்த அந்த மீனைத்தான் கேட்கிறேன்."

"என்ன பைத்தியம் போல் உளறுகிறீர்கள்? நீங்கள் மீன் எதுவும் கொண்டுவரவில்லையே!" என்றாள் மனைவி.

கணவனுக்கு கோபம் வந்துவிட்டது. கையில் கம்பை எடுத்துக் கொண்டு, "மீன் முழுவதையும் தின்றுவிட்டு, நான் உளறுவதாகச் சொல்கிறாயா?" என்று அவளை அடிக்க வந்தான்.

"ஐயோ! காப்பாற்றுங்கள்!" என்று கத்தியவாறு மனைவி பக்கத்து வயலுக்கு ஓடினாள்.

பக்கத்து வயலில் உழுது கொண்டிருந்த விவசாயிகள் ஓடி வந்து செர்கிஸை பிடித்துக் கொண்டார்கள்.

“விடுங்கள். அவளைக் கொல்லாமல் விட மாட்டேன்,” என்று திமிறினான் செர்கிஸ். “மீனை பூராவும் தின்றுவிட்டு என்னை பைத்தியம் என்கிறாள்.” விவசாயிகள் அவளிடம் மீன் பற்றி விசாரித்தனர்.

“நான் உங்களை கெஞ்சிக் கேட்கிறேன். அவரை விடாதீர்கள். விட்டால், கோபத்தில் என்னை கொன்று விடுவார். என்னவோ பைத்தியம் போல் உளறுகிறார். மீன் எங்கே இருந்து கிடைத்தது என்று கேளுங்கள்,” என்றாள் அவள்.

“எதற்கு ? இங்கேதான் கிடைத்தது. உழும் போது மண்ணிலிருந்து தான் எடுத்தேன்,” என்றான் செர்கிஸ்.

“ஆஹா... இந்தப் பெண் சொல்வது சரிதான்,” என்றனர் விவசாயிகள்.

செர்கிஸை கயிற்றால் கட்டினர்.

“கொஞ்ச நாட்களாகவே இவன் சரியில்லை,” என்றார் ஒருவர்.

“இது பரம்பரை வியாதி. இவன் அப்பாவே இப்படித்தான் லூசு போலப் பேசுவார்,” என்றார் மற்றொருவர்.

அப்படியே வீட்டிற்கு இழுத்து வந்து ஒரு தூணில் கட்டிப் போட்டு நன்றாக உதைத்தனர். இரவு எல்லோரும் போன பிறகு,

“என்ன புருஷரே ! இப்போது பெண்ணின் சக்திக்கு பயப்படுவீர்களா? இது ஆரம்பம்தான்,” என்றாள் மனைவி.

“அம்மா! தாயே! கட்டை அவிழ்த்து விடு,” என்றான் செர்கிஸ் பரிதாபமாக. “இனிமேல் எனது முதல் பிரார்த்தனையே பெண்களின் சக்தியிலிருந்து என்னை காப்பாற்று என்று கேட்பதுதான்,” என்றான்.

மனைவி கட்டை அவிழ்த்து விட்டாள். அதன் பிறகு அவன் பெண்களின் அறிவை மதிக்க ஆரம்பித்தான்.

3
குருவியும், இரு குழந்தைகளும்

வார்ட் என்பவன் ஆறு வயதுச் சிறுவன். வார்ட்டுஹி அவனது தங்கை. அவளுக்கு ஐந்து வயது. அவர்களது அம்மா வார்டெனி இறந்து போனாள். அப்பா வார்டன் இரண்டாம் திருமணம் செய்து கொண்டு ஒரு சித்தியை அழைத்து வந்தார். அவளுக்கு நான்கு வயதில் ஒரு மகன் இருந்தான். வார்டன் வசதியான விவசாயி. அவர் தன் குழந்தைகளை நேசித்தார். அவர்களுக்கு நல்ல உடைகள் வாங்கிக் கொடுத்தார். நல்ல தின்பண்டங்களை வாங்கித் தந்தார். விளையாட நிறைய பொம்மைகள் வாங்கித் தந்தார். சித்திக்கு இதெல்லாம் பிடிக்கவில்லை. இந்தக் குழந்தைகள் இல்லை என்றால், எல்லாம் தனது மகனுக்குக் கிடைக்குமே என்று நினைத்தாள். இதற்காக ஒரு தந்திரம் செய்தாள்.

கணவன் விதைப்பதற்காக வைத்திருந்த கோதுமை விதைகளை அவித்து வைத்து விட்டாள். அவித்த விதைகளை

விதைத்ததால், எதுவும் விளையவில்லை. அந்த வருடம் வார்டன் கடன் வாங்க நேர்ந்தது. மறுவருடமும், சித்தி இதே வேலையைச் செய்தாள். அந்த வருடமும் எதுவும் விளையவில்லை. மீண்டும் கடன் வாங்கியதால், வார்டனின் கடன் சுமை அதிகரித்தது. எனவே, அவர் விவசாயம் செய்வதை விட்டுவிட்டு பணம் சம்பாதிக்க வெளிநாடு சென்று விட்டார். சித்தி இதற்காகத் தான் காத்திருந்தாள். தனது மகனுக்கு நல்ல இறைச்சியும், அப்பமும் தந்தாள். இந்தக் குழந்தைகளுக்கு ஒரு கைப்பிடி அவித்த கோதுமையை தந்தாள். ஒரு நாள் அவள் இந்த இரு குழந்தைகளையும், ஆற்றுக்குக் குளிக்க அழைத்துச் சென்று, அப்படியே ஆற்றில் மூழ்கடிக்க திட்டமிட்டாள்.

அன்று இந்த அப்பாவிக் குழந்தைகள் இருவரும் வாசல் திண்ணையில் உட்கார்ந்து, தமக்குத் தரப்பட்ட கைப்பிடி அளவு அவித்த கோதுமையை தின்ன ஆரம்பித்தனர்.அப்போது ஒரு குட்டிக் குருவி அங்கு வந்து குதித்து விளையாட ஆரம்பித்தது. வார்ட் அதை கல் வீசி கொல்ல நினைத்தான். ஆனால் வார்ட்டுஹி அவனைத் தடுத்தாள்.

“அனாதைக் குழந்தைகளே ! எனக்கு கொஞ்சம் கோதுமை கொடுங்களேன். எனது சின்ன கூட்டில் உள்ள என் குஞ்சுகளுக்குத் தரவேண்டும். பதிலாக நான் உங்களுக்கு ஒரு செய்தி சொல்வேன்,” என்றது குருவி.

குழந்தைகள் அதற்கு சிறிது கோதுமை தந்தார்கள். அதைக் கொண்டு போய் தன் குஞ்சுகளுக்குத் தந்துவிட்டு வந்த குருவி, “ஓடுங்கள், அனாதைகளே, இங்கிருந்து ஓடி விடுங்கள். உங்கள் சித்தி உங்களை

ஆற்றில் மூழ்கடித்துக் கொல்லப் போகிறாள். ஓடுங்கள்,” என்றது.

சொல்லி விட்டு அது பறந்து விட்டது. சிறிது நேரத்தில், சித்தி வந்து, “சோம்பேறிகளா, கிளம்புங்கள். உங்களை ஆற்றில் குளிப்பாட்டுகிறேன்,” என்றாள்.

“சித்தி, நீங்கள் முன்னால் செல்லுங்கள், நாங்கள் பின்னாலேயே வருகிறோம்,” என்றனர் குழந்தைகள்.

சித்தி முன்னால் போனவுடன், தங்கள் குருவி நண்பன் சொன்னது போல் அவர்கள் பக்கத்திலிருந்த மலைக்கு ஓடி விட்டனர். சித்தி அவர்களை தேடவில்லை. எப்படியோ ஒழிந்தால் சரி என்று நினைத்தாள். குழந்தைகள் மாலை வரை காட்டில் திரிந்தார்கள். இரவு ஒரு பெரிய அத்திமரத்தின் பொந்தில் ஒருவரை ஒருவர் கட்டிப் பிடித்துக் கொண்டு படுத்தார்கள். இறந்து போன தங்கள் பாட்டி சொல்லித் தந்த பிரார்த்தனைப் பாடல்களைப் பாடியபடி இரவைக் கழித்தார்கள். காலையில் அந்த நல்ல உள்ளம் படைத்த குருவி வந்தது.

“குழந்தைகளே, அனாதைக் குழந்தைகளே, வாருங்கள். உங்களுக்காக கோதுமையை அவித்து வைத்திருக்கிறேன். சாப்பிடுங்கள்,” என்றது.

அவர்கள் அந்தக் குருவியின் பின்னால் ஓடினார்கள். குருவி ஒரு பெரிய மரத்திற்கு அருகில் சென்றது. ஒரு கிழவி அந்த மரத்திற்குக் கீழ் ஒரு பெரிய பாத்திரம் நிறைய அவித்த கோதுமையைக் கொண்டு வந்து கொட்டிவிட்டுச் சென்றாள். இறந்து போன தனது பேரக்குழந்தைகள் நினைவாக தினமும் அவள் இவ்வாறு கோதுமையைக் கொண்டு வந்து போடுவாளாம். அந்த ஊரில் உள்ள குட்டிக் குருவிகள்

எல்லாம் அந்த கோதுமையைத் தின்றுவிட்டு கிழவியை வாழ்த்துமாம். இரு குழந்தைகளும் மற்ற குட்டிக் குருவிகளோடு சேர்ந்து அந்த கோதுமையைத் தின்றார்கள். இப்படியே சிறிது காலம் சென்றது.

ஒரு நாள் அந்தக் காட்டிற்கு வேட்டையாட வந்த அந்த நாட்டின் இளவரசர் வார்ட்டையும், வார்ட்டுஹியையும் பார்த்தார். அவர்களை அவருக்கு மிகவும் பிடித்துவிட்டது. அவர்களை தன் அரண்மனைக்கு அழைத்துச் சென்று, தன் மகன், மகளாக வளர்த்தார். அவர்கள் நல்ல அழகும், அறிவும் கொண்டவர்கள் என்பதால் அரண்மனையில் அனைவரும் அவர்களை நேசித்தனர். ஆனால், குழந்தைகள் இருவரும் மகிழ்ச்சியாக இல்லை.

"குழந்தைகளே, நீங்கள் ஏன் மகிழ்ச்சியாக இல்லை? என்ன விஷயம்?" என்றார் இளவரசர்.

"நாங்கள் எங்கள் அப்பாவைப் பார்க்க வேண்டும்," என்றான் வார்ட்.

"நாங்கள் எங்களுக்கு உதவிய குட்டிக் குருவியைப் பார்க்க வேண்டும்," என்றாள் வார்ட்டுஹி.

இளவரசர் குழந்தைகளின் அப்பாவான வார்டனைத் தேட ஆட்களை அனுப்பினார். அவர்கள் அவரைத் தேடி அழைத்து வந்தார்கள். வார்டன் குழந்தைகளை கொடுமைப்படுத்திய தனது மனைவியை தண்டித்தார். இளவரசர் அவரை படைவீரராக வேலை தந்து, அரண்மனையிலேயே வைத்துக் கொண்டார். ஆனால் குட்டிக் குருவியைத் தேடிக் கண்டுபிடிக்க முடியுமா? அதுவாக வந்தால் தானே ? ஒரு நாள் குழந்தைகள் ஜன்னல் வழியாக வேடிக்கை பார்த்துக் கொண்டிருந்த போது கீச் கீச் என்று சத்தம் கேட்டது.

"அன்பான குழந்தைகளே, நீங்கள் நான் பசியால் துடித்த போது எனக்கு சிறிது உணவு தந்தீர்கள். உங்கள் நல்ல மனதுக்கு நல்ல பலன் கிடைத்துள்ளது. நீங்கள் இப்படியே மகிழ்ச்சியாக இருப்பீர்கள்." என்றது குருவி.

இளவரசருக்கு குருவியை மிகவும் பிடித்துப் போனது. அவர் அரண்மனை மாடத்தில் கூடு கட்டிக் கொண்டு, அங்கேயே வசிக்குமாறு குருவியிடம் சொன்னார்.

இப்போதும் பெரிய பெரிய மாளிகைகளின் மாடங்களில் கூடு கட்டி வசிக்கும் குருவிகள் எல்லாம் இந்தக் குருவியின் வாரிசுகள் தானாம்.

4

கிழவியும், பூனையும்

முன்னொரு காலத்தில் ஒரு கிழவி இருந்தாள். அவள் ஒரு ஆடு வளர்த்தாள். தினமும் அவள் அந்த ஆட்டின் பாலைக் கறந்து அலமாரியில் வைப்பாள். தந்திரக்காரப் பூனை ஒன்று வந்து அதை குடித்துவிட்டுப் போய்விடும். ஆனால், ஒரு நாள் கிழவி அந்தப் பூனையைப் பிடித்து விட்டாள். பூனையின் திருட்டுத்தனத்திற்கு தண்டனையாக அதன் வாலை ஒட்ட நறுக்கிவிட்டு அதை விரட்டி விட்டாள்.

“மியாவ், மியாவ், எனக்கு வால் வேண்டுமே!” என்று அழுதது பூனை.

“நீ பாலைக் கொண்டு வந்து தா. நான் உன் வாலைத் தருகிறேன்,” என்றாள் கிழவி.

பூனை ஆட்டிடம் சென்று, “ஆடே, ஆடே, நீ இரக்கம் கொண்டவள் இல்லையா, எனக்கு கொஞ்சம் பால்

கொடு. அதைக் கிழவியிடம் தந்து, எனது வாலை திரும்ப வாங்க வேண்டும்.'' என்றது.

“எனக்கு சாப்பிட கொஞ்சம் தழைகளைக் கொண்டு வா. நான் உனக்கு பால் தருகிறேன்,'' என்றது ஆடு.

பூனை ஒரு மரத்திடம் சென்று. “நல்ல மரமே ! எனக்கு கொஞ்சம் தழைகள் கொடு. நான் அதை ஆட்டிடம் கொடுத்து அதன் பாலை வாங்க வேண்டும். அந்த பாலை கிழவியிடம் தந்து, எனது வாலை வாங்க வேண்டும்,'' என்றது.

மரம், “எனக்கு தாகமாக இருக்கிறது. கொஞ்சம் தண்ணீர் கொண்டு வா. நான் தழைகள் தருகிறேன்,'' என்றது.

பூனை தோட்டக்காரரிடம் சென்று, “கருணையுள்ளம் கொண்ட தோட்டக்காரரே, எனக்கு கொஞ்சம் தண்ணீர் தாருங்கள். நான் அந்த தண்ணீரை மரத்திற்குத் தந்து தழை வாங்க வேண்டும். அந்தக் தழையை ஆட்டிடம் கொடுத்து பால் வாங்க வேண்டும். அந்தப் பாலை கிழவியிடம் தந்து எனது வாலை வாங்க வேண்டும்.'' என்றது.

“என்னிடம் செருப்பு இல்லை. எனக்கு செருப்பு வாங்கித் தந்தால் நான் தண்ணீர் தருவேன்,'' என்றார் தோட்டக்காரர்.

பூனை செருப்புத் தைப்பவரிடம் சென்றது. “நீங்கள் அழகாக செருப்பு தைப்பவர் அல்லவா? எனக்கு ஒரு ஜோடி செருப்பு கொடுங்கள். அதை நான் தோட்டக்காரரிடம் தந்து தண்ணீர் வாங்க வேண்டும். நான் அந்த தண்ணீரை மரத்திற்குத் தந்து தழை வாங்க வேண்டும். அந்தக் தழையை ஆட்டிடம் கொடுத்து

பால் வாங்க வேண்டும். அந்தப் பாலை கிழவியிடம் தந்து எனது வாலை வாங்க வேண்டும்.'' என்றது.

'எனக்கு முட்டை தந்தால், நான் செருப்பு தருவேன்,'' என்றார் அவர்.

பூனை உடனே கோழியிடம் சென்றது. ''கோழி, கோழி, எனக்காக ஒரு முட்டை இடேன். நான் அந்த முட்டையை எடுத்துச் சென்று செருப்புத் தைப்பவரிடம் தந்து, செருப்பு வாங்குவேன். அந்த செருப்பை தோட்டக்காரரிடம் தந்து தண்ணீர் வாங்க வேண்டும். நான் அந்த தண்ணீரை மரத்திற்குத் தந்து தழை வாங்க வேண்டும். அந்தக் தழையை ஆட்டிடம் கொடுத்து பால் வாங்க வேண்டும். அந்தப் பாலை கிழவியிடம் தந்து எனது வாலை வாங்க வேண்டும்.'' என்றது.

''எனக்கு தின்பதற்கு கொஞ்சம் பார்லி தந்தால், நான் முட்டை தருவேன்,'' என்றது அந்தக் கோழி.

பூனை கதிரடிக்கும் களத்திற்குச் சென்று, ''களமே, களமே, எனக்கு கொஞ்சம் பார்லி தருகிறாயா?'' என்றது.

களம், ''எங்கள் முதலாளி பறவைகளுக்காக இங்கே நிறைய பார்லியை அள்ளாமல் போட்டு விட்டுச் சென்றிருக்கிறார். அதில் வேண்டிய அளவு எடுத்துச் செல்,'' என்றது.

பூனை பார்லியை எடுத்துக் கொண்டு கோழியிடம் சென்றது. பார்லியைத் தின்ற கோழி முட்டையிட்டுத் தந்தது. அந்த முட்டையை வாங்கிக் கொண்ட செருப்புத் தைப்பவர் அழகான செருப்பைத் தந்தார். பூனை செருப்பை எடுத்துக் கொண்டு தோட்டக்காரரிடம் சென்றது. செருப்பை வாங்கிக் கொண்டு அவர்

தண்ணீர் தந்தார். மரத்திற்கு அந்தத் தண்ணீரை ஊற்றியதும், மரம் தழைகளைத் தந்தது. பூனை தழைகளை ஆட்டிடம் கொடுக்க, அது தழைகளைத் தின்று விட்டு கொஞ்சம் பால் தந்தது. பூனை பாலை எடுத்துக் கொண்டு போய் கிழவியிடம் கொடுத்தது.

“இந்தா, உன் வால். இனிமேல் இப்படி பாலைத் திருடிக் குடிக்கக் கூடாது,” என்றாள் கிழவி.

பூனை தனது வாலை எடுத்து பின்பக்கமாக ஒட்டிக் கொள்ளப் பார்த்தது. முடியவில்லை. பசை, தார், இப்படிப் பலவற்றையும் வைத்து ஒட்டப் பார்த்தது. ஆனால் வாலை ஒட்டி வைக்க முடியவில்லை. எனவே, தனது திருட்டுத்தனத்தின் அடையாளமாக அது இன்றுவரை வால் இல்லாமல்தான் திரிகிறது.

தவறுக்கு கண்டிப்பாக தண்டனை உண்டு. செய்த தவறை என்றும் மறைக்க முடியாது.

5

கஞ்சத்தனமான வழித்துணைவன்

வெகுதூரத்திலிருந்த நகரத்தை நோக்கி இருவர் நடந்து சென்றார்கள். அவர்களிடம் பல நாட்களுக்குப் போதுமான உணவு இருந்தது. முதலில் ஒருவரிடம் இருக்கும் உணவை இருவரும் சாப்பிட்டு முடிப்பது என்றும் அது தீர்ந்ததும் மற்றவரின் உணவை இருவரும் சாப்பிடுவது என்றும் முடிவு செய்தார்கள். பேசியபடி முதல் மனிதனின் உணவை இருவரும் சாப்பிட்டு முடித்தனர். அது தீர்ந்தவுடன், ஒப்புக் கொண்டபடி தான் கொண்டு வந்த உணவை முதல் மனிதனுடன் பகிர்ந்து கொள்ள இரண்டாவது மனிதன் மறுத்தான்.

“சாப்பிட தயவு செய்து கொஞ்சம் கொடு. என் பங்கைத் திருப்பித் தரவேண்டும் என்பதாகக் கூட வேண்டாம். தருமம் செய்வது போல் ஏதாவது கொடு. இல்லாவிட்டால் இந்தக் காட்டுப் பாதையில் நான் பசியால் செத்துவிடுவேன்.

என் மனைவி, குழந்தைகள் அனாதையாகி விடுவார்கள். ஜாக், தயவு செய்து சாப்பிட ஏதாவது தா,'' என்று கெஞ்சினான் முதலாவது மனிதன்.

ஆனால், ஜாக் சிறிது கூட இரக்கம் காட்டவில்லை.

``நான் எதுவும் தரமாட்டேன். தந்தால், என்னிடம் இருப்பது ஊர் போய் சேர்வதற்குள் தீர்ந்து விடும். நான் என்னிடம் உள்ளதைச் சாப்பிட்டுக் கொண்டு செல்லப் போகிறேன். உன்னைப் பற்றி எனக்குக் கவலையில்லை,'' என்றான் அவன்.

பசியோடு இருப்பவனால் எப்படி நடக்க முடியும்? சாப்பாடு வைத்திருந்தவன் சாப்பிட்டுவிட்டு முன்னால் சென்றுவிட்டான். முதல் மனிதன் வழியில் தென்பட்ட ஓடைகளில் எல்லாம் தண்ணீரை எடுத்துக் குடித்தபடி மெதுவாக நடந்தான். சூரியன் மறையும் நேரத்தில், ஒரு பாழடைந்த ஆலைக்கு அருகில் வந்தான்.

``கடவுள் கருணை உள்ளவர். இந்த ஆலையில் நான் தங்கலாம்,'' என்று நினைத்தான்.

அந்த பாழடைந்த ஆலையில் எதுவும் இல்லை. சுவரில் ஒரு பழைய கஞ்சிரா தொங்கிக் கொண்டிருந்தது. காட்டு விலங்குகள் ஏதேனும் வந்து விடுமோ என்று அஞ்சி, அந்த மனிதன் ஒரு தானிய குதிரில் இறங்கி, தூங்க முயன்றான். நள்ளிரவில் ஒரு கரடி வந்து குதிர் முன் அமர்ந்ததைப் பார்த்தான். பின்னர் ஒரு ஓநாய் வந்து கரடிக்குப் பக்கத்தில் உட்கார்ந்தது. கடைசியில் ஒரு நரி வந்து ஓநாய்க்கு அருகே உட்கார்ந்தது. ஓநாய் கரடியிடம்,

``கரடி அண்ணா, இன்று வேட்டை எப்படி? உணவு கிடைப்பதே கடினமாக இருக்கும் இந்தக் காலத்தில்

எப்படி உங்கள் பெரிய வயிற்றை நிரப்புகிறீர்கள்?" என்று கேட்டது.

"எனக்கு உணவு கிடைப்பது பிரச்சனையே இல்லை," என்றது கரடி. "பக்கத்தில் நிறைய காய்கறி செடிகள் இருக்கின்றன. அவற்றின் கிழங்குகள் மிகவும் ருசியாக இருக்கும். பசிக்கும் போது, சில கிழங்குகளைத் தோண்டி எடுத்துத் தின்றுவிடுவேன்," என்றது.

"நல்ல யோசனை," என்று நினைத்துக் கொண்டான் குதிருக்குள் இருந்தவன்.

"ஓநாய் அண்ணா, உங்கள் விஷயம் எப்படி?" என்றது நரி. "ஆடு மேய்ப்பவர்கள் எல்லோரும் இப்போது நாய்களை வளர்க்கிறார்களே, எப்படி பசியாறுகிறீர்கள்?" என்றது அது.

"ஓ.. அதை ஏன் கேட்கிறாய்?" என்றது ஓநாய். "கிரீன்டேல் கிராம அதிகாரியின் கால்நடைகளில் கொஞ்சத்தைத் திருட நான் கடந்த இரண்டு, மூன்று மாதங்களாகத் திட்டம் போட்டு வருகிறேன். ஆனால் காவலுக்கு இருக்கும் அந்த பெரிய கறுப்பு நாயைப் பார்த்தால் பயமாக இருக்கிறது. மந்தைக்குப் பக்கமே போக முடியவில்லை. நம் நாட்டு அரசனின் மகனுக்கு நீண்ட நாட்களாக குணப்படுத்த முடியாத ஒரு நோய் இருக்கிறது. இந்த நாயைக் கொன்று அதன் ரத்தத்தால் இளவரசனைக் குளிப்பாட்டினால் அவனது நோய் தீரும். எனக்கும் வேட்டையாடுவதில் உள்ள தடங்கல் நீங்கும். ஆனால் எந்த மருத்துவருக்கும் இது தெரியவில்லை," என்றது ஓநாய்.

"நல்லது," என்று கேட்டுக் கொண்டான் முதல் மனிதன்.

"நரித் தம்பி, நீ என்னப்பா செய்கிறாய்?" என்றது கரடி. "எப்படிப் போகிறது?"

"என்னைப் பற்றி விசாரித்ததற்கு நன்றி," என்றது நரி. "நான் உங்களைப் போல் பலசாலி இல்லை. ஆனால் கடவுள் எனக்கு அறிவையும், தந்திரத்தையும் தந்திருக்கிறார். அதனால் எனக்கு எப்போதுமே பசித் தொல்லை கிடையாது. ஹா.. நான் சிறிதளவு செல்வம் கூட சேர்த்து வைத்திருக்கிறேன். சற்று தள்ளி இருக்கும் அத்திமரத்தின் பொந்தில் ஒரு ஜாடி நிறைய தங்கம் வைத்திருக்கிறேன். இந்த ஆலையின் வாசல் பக்கம் மற்றொரு ஜாடி நிறைய தங்கத்தை புதைத்து வைத்திருக்கிறேன். தினமும் எனக்கு ஒரு தங்கக் காசு கிடைக்கும். நாள் முழுக்க அதை வைத்து விளையாடுவேன். பிறகு ஜாடியில் போட்டு ஒளித்து வைத்து விடுவேன்." என்றது நரி.

"நல்லது," என்று நினைத்துக் கொண்டான் அவன்.

அந்த மனிதனுக்கு தைரியம் வந்தது. அவனது மூளை வேலை செய்ய ஆரம்பித்தது. அவன் அந்த கஞ்சிராவை எடுத்து வாசிக்க ஆரம்பித்தான். அந்த சத்தம் கண்ட பயந்து போன மிருகங்கள், கண் இமைப்பதற்குள் ஓடிப் போய் விட்டன. அவை ஏதோ கல்யாண ஊர்வலம் வருகிறது போலும் என்று நினைத்து பயந்து விட்டன. விடிந்து விட்டது. தன் மறைவிடத்திலிருந்து வந்த அவன், இரண்டு ஜாடித் தங்கங்களையும் எடுத்தான். தன் பைகள் கொள்ளும் மட்டும் தங்கக் காசுகளால் நிறைத்துக் கொண்டு, மிச்சத்தை ஒளித்து வைத்தான். கரடி சொன்ன கிழங்குகளைத் தோண்டித் தின்று பசியாறினான். கிரீன்டேல் கிராமத்திற்கு வழி கேட்டு அங்கு

சென்றான். அந்த கிராம அதிகாரி வீட்டில் விருந்தாளியாகத் தங்கினான். கிராம அதிகாரிக்கு அவன் தங்கக் காசுகளை பரிசாகத் தந்ததால், அதிகாரியும், அவனது குடும்பத்தினரும் இவனை மிகவும் மதித்தனர். கிராம அதிகாரி வந்த விருந்தாளிக்கு பதிலுக்கு நாம் என்ன பரிசு தரலாம்? என்று குடும்பத்தினரிடம் கேட்டுக் கொண்டிருந்தான். அதைக் கேட்ட அவன்,

"எனக்கு உங்களது கறுப்பு நாயை மிகவும் பிடித்துப் போய்விட்டது. அது போல் ஒன்று வேண்டும்." என்றான்.

"அது போல் என்ன, அதையே எடுத்துக் கொள்ளுங்கள். நாங்கள் காவலுக்கு வேறு நாயை வளர்த்துக் கொள்கிறோம்," என்றான் கிராம அதிகாரி.

நாயை ஒரு கயிறு கட்டி இழுத்துக் கொண்டு அந்த கிராமத்திலிருந்து கிளம்பினான் அவன். ஊருக்கு வெளியே ஒரு ஒதுக்குப்புறமான இடத்தில் நாயின் கழுத்தை அறுத்து அதன் ரத்தத்தை ஒரு தோல் குடுவையில் பிடித்தான். அந்தக் குடுவை எடுத்துக் கொண்டு அரண்மனை சென்றான்.

"நான் ஒரு வைத்தியர். உங்கள் மகனது நோயை சரி செய்கிறேன்," என்றான்.

"என் மகனை குணப்படுத்தினால், எனது ராஜ்ஜியத்தில் உனக்கு இரண்டாவது இடத்தைத் தருவேன். குணமாகாவிட்டால், உன் தலையை சீவி விடுவேன்," என்றார் அரசர்.

"தங்களது மகன்தான் இந்த நாட்டை ஆளப் போகிறார். நான் எப்படியாவது அவரைக்

குணப்படுத்துவேன். இல்லாவிட்டால், என் தலையை நீங்கள் தாராளமாகச் சீவலாம்," என்றான்.

உடல் நலமின்றி, படுத்திருந்த இளவரசனிடம் சென்று, நாயின் ரத்தத்தை அவனது உடல் முழுவதும் பூசி அவனை நன்கு உறங்கச் சொன்னான். மாலையில் இளவரசனுக்கு வியர்த்துக் கொட்டியது. புதிய மருத்துவன் இளவரசனை நன்கு குளிப்பாட்டி, மீண்டும் நாய் ரத்தத்தை உடல் முழுவதும் தேய்த்து விட்டான். இந்த மருத்துவம் இரண்டு நாட்களுக்குத் தொடர்ந்தது. மூன்றாம் நாள் இளவரசனின் உடல் தேறியது. நோய் முற்றிலும் நீங்கியது. மகிச்சியடைந்த அரசர் அவனுக்கு ஒரு மாளிகையையும், ஏராளமான செல்வத்தையும் பரிசளித்தார். அரசர் மட்டுமன்றி, நாட்டு மக்கள் அனைவரும் அவனை நேசித்தார்கள். அவன் தன் ஊருக்குச் சென்று குடும்பத்தினரை அழைத்து வந்தான். வரும் வழியில் ஒளித்து வைத்திருந்த நரியின் புதையலையும் எடுத்து வந்தான். புதிய மாளிகையில் மகிழ்ச்சியாக வாழ்ந்தான்.

உணவைப் பகிர்ந்து கொள்ள மறுத்த கஞ்ச நண்பனுக்கு என்ன ஆனது? அவன் தான் செல்ல வேண்டிய ஊருக்கு பத்திரமாகச் சென்று சேர்ந்தான். அங்கே ஒன்றும் வசதியான வாழ்க்கை அமையவில்லை. பிழைப்புத் தேடி ஊர் ஊராகச் சென்று கொண்டிருந்தான். கடைசியாக தனது அதிருஷ்டசாலி நண்பன் வசிக்கும் ஊருக்கு வந்தான். நண்பன் ராஜவாழ்க்கை வாழ்வதைப் பார்த்ததும், எப்படி இதெல்லாம் கிடைத்தது? என்று கேட்டான். அவனது பழைய நண்பனும் எதையும் மறைக்காமல் அப்படியே சொன்னான். உடனே ஜாக் அந்த ஆலைக்கு ஓடினான். அதே போல் குதிருக்குள்

ஒளிந்து கொண்டான். அன்று போலவே இப்போதும் மிருகங்கள் அங்கு கூடி பேச ஆரம்பித்தன.

“தலைவரே ! நாம் பேச ஆரம்பிக்கும் முன் இங்கே மனிதர்கள் யாராவது ஒளிந்திருக்கிறார்களா? என்று பார்த்துவிட வேண்டும்... கடைசியாக நாம் சந்தித்துப் பேசியதற்கு மறுநாள் என் புதையல்கள் அத்தனையும் திருட்டுப் போய் விட்டது.” என்றது நரி.

மூன்றும் சுற்றிச் சுற்றி மோப்பம் பார்த்தன. குதிருக்குள் இருந்த ஜாக்கைக் கண்டுபிடித்து விட்டன.

“திருட்டுப் பயல்,” என்று கோபமாகத் திட்டியபடி நரி அவன் கால்களைக் குதறியது. கரடி தனது தடித்த முன்னங்கால்களால் அவனது முகத்தில் ஓங்கி அறைந்தது. அவன் அப்படியே மயங்கி விழுந்தான். ஓநாய் அவனைக் கண்டதுண்டமாகக் கடித்துக் குதறியது. இப்படியாக அந்தக் கஞ்சனின் வாழ்க்கை முடிந்தது.

6

தங்கத் தலை மீன்

கண் பார்வை இழந்த ராஜாவின் கதை ஒன்றை என் பாட்டி எனக்குச் சொன்னது நன்றாக நினைவில் இருக்கிறது. அதை நான் உங்களுக்குச் சொல்கிறேன். அந்த ராஜாவின் கண்பார்வையைச் சரி செய்ய உலகில் உள்ள அத்தனை மருத்துவர்களும் முயற்சி செய்தார்களாம். ஒருவராலும் முடியவில்லை. கடைசியில் ராஜா இந்தியாவில் மூன்னூறு வயதான ஒரு மருத்துவர் இருப்பதாக அறிந்தார். உடனே அந்த மருத்துவரை தனது நாட்டிற்கு அனுப்பும்படி இந்திய நாட்டு அரசருக்கு கடிதம் எழுதினார். அந்த மருத்துவரும் வந்தார். அரசரின் கண்களை பரிசோதித்து விட்டு,

“இதற்கு ஒரே ஒரு வைத்தியம் தான் இருக்கிறது. தங்கத் தலை மீனின் ரத்தத்தை வைத்து மருந்து தயாரிக்க வேண்டும். கடலுக்கு ஆட்களை அனுப்பி அந்த மீனைத் தேடிப் பிடித்து வரச் சொல்லுங்கள்.

நான் நூறு நாட்கள் காத்திருப்பேன். அதற்குள் மீன் வராவிட்டால், நான் எனது நாட்டிற்குச் சென்று விடுவேன்,'' என்றார்.

அரசரின் மகன், துணைக்கு நூறு வீரர்களை அழைத்துக் கொண்டு, நிறைய வலைகளை எடுத்துக் கொண்டு தங்கத் தலை மீனைப் பிடிக்கக் கிளம்பினான். கடலில் பல மீன்களைப் பிடித்தார்கள். ஆனால் எதற்கும் தங்கத் தலை இல்லை. தொண்ணூற்றி ஒன்பது நாட்கள் முடிந்துவிட்டன. இன்னும் ஒரே ஒரு நாள் தான் பாக்கி இருந்தது. எல்லோருமே நம்பிக்கை இழந்துவிட்டனர். இளவரசன் கடைசியாக ஒரு முறை வலை வீசலாம் என்றான்.

ஆஹா... இந்த முறை வலையில் தங்கத் தலை மீன் சிக்கிவிட்டது. எல்லோருக்கும் மிகவும் மகிழ்ச்சி. மீன் இறந்து விடாமல் இருக்க அதை ஒரு பெரிய ஜாடி நீரில் போட்டுக் கொண்டு தம் நாடு நோக்கித் திரும்பினர். இளவரசன் ஜாடிக்கு அருகில் உட்கார்ந்திருந்த போது, மீன் பேச ஆரம்பித்தது.

“இளவரசே ! நானும் ஒரு இளவரசன்தான். எனக்கு உயிர் பிச்சை தாருங்கள். என்றேனும் ஒரு நாள் நான் உங்களுக்கு உதவுவேன்,'' என்றது மீன்.

இரக்கப்பட்ட இளவரசன் மீனைக் கடலில் போட்டுவிட்டான். “மீனே, இந்த செயலை நீ நினைத்துப் பார்க்காவிட்டாலும், மேலே உள்ள கடவுள் நிச்சயமாக நினைத்துப் பார்ப்பார்,'' என்று சொன்னான்.

எல்லோரும் ஊர் திரும்பினார்கள். வீரர்கள் இளவரசன் செய்ததை அரசரிடம் சொன்னார்கள்.

"ஐயையோ, என் மகன் நான் சீக்கிரம் இறந்து விட்டால், தான் அரசனாகி விடலாம் என்று நினைக்கிறான் போலும். வீரர்களே, இளவரசனை இழுத்துச் சென்று அவன் தலையை வெட்டுங்கள்," என்றான்.

ஆனால், இளவரசன் அரசனின் ஒரே மகன். அதனால், அவனது தாய் இளவரசனின் உடைகளை ஒரு குற்றவாளிக்கு அணிவித்து விட்டு, அவனைத் தப்பிச் செல்லுமாறு கூறினாள். இளவரசனின் உடையில் இருந்த குற்றவாளி கொல்லப்பட்டான். இளவரசன் தொலைவில் இருந்த ஒரு தீவில் மிகவும் கஷ்டப்பட்டு வாழ்ந்தான். அவன் இளவரசன் என்று யாருக்கும் தெரியாது. எனவே அவன் ஒரு குற்றவாளி என்று நினைத்து எல்லோரும் வெறுத்தனர். அவன் மிகவும் துன்பப்பட்டதால், உயிரை விட முடிவு செய்தான். கடலில் விழச் சென்ற போது, வினோதமான உருவமுடைய ஒரு கறுப்பன் அவனை வந்து வணங்கினான்.

"இளவரசே ! நான் உங்கள் அடிமை. என்ன செய்ய வேண்டுமோ, உத்தரவிடுங்கள். செய்கிறேன்," என்றான்.

தற்கொலை செய்ய நினைத்த தன் எண்ணம் பற்றி வெட்கப்பட்ட இளவரசன், அநதக் கறுப்பனின் வீட்டுக்குச் சென்றான். அங்கு கறுப்பன் அருமையான உணவளித்தான். சில நாட்கள் அந்த வீட்டில் மகிழ்ச்சியாக வாழ்ந்தார்கள். அந்தத் தீவில் ஒரு டிராகன் அடிக்கடி வந்து மக்களை துன்புறுத்திக் கொண்டிருந்தது. டிராகனுக்கு பயந்து மக்கள் வீட்டிற்கு வெளியில் வரவே அஞ்சினார்கள். தீவின் அரசர் தனது வீரர்களை அனுப்பி அந்த டிராகனைக் கொல்லப்

பார்த்தார். அவர்களால் முடியவில்லை. எனவே, டிராகனைக் கொல்பவர்களுக்கு சிறந்த பரிசளிப்பதாக அரசர் அறிவித்தார். உடனே, இளவரசனின் அடிமையான கறுப்பன் அரசரிடம் சென்று,

“எனது எஜமானர் டிராகனைக் கொல்லப் போகிறார். அவருக்கு என்ன பரிசு தருவீர்கள் என்று கேட்டு வரச் சொன்னார்,” என்றான்.

அரசர், “டிராகனைக் கொல்லும் வீரனுக்கு என் மகளைத் திருமணம் செய்து தருவேன். அதோடு அவன் கேட்கும் பரிசையும் தருவேன்.” என்றார்.

“சரி, அப்படியானால், இளவரசியை மணம் செய்து தந்து, அதோடு பாதி ராஜ்ஜியத்தையும் கொடுங்கள்,” என்றான் அடிமை.

பிறகு தானே சென்று அந்த டிராகனைக் கொன்றான். அதன் காதுகளை அறுத்துக் கொண்டு வந்து இளவரசனிடம் தந்தான். இளவரசன் தான் டிராகனைக் கொன்றதாகக் கூறி, அந்தக் காதுகளை அரசரிடம் தந்தான். அரசர் தனது மகளை அவனுக்கு திருமணம் செய்து தந்து நாட்டின் பாதியையும் அவனுக்குத் தந்தார். அரசருக்கு மகன் இல்லை. எனவே, அவர் இறந்ததும், மாப்பிள்ளையான இளவரனே அரசனானான். அவனுக்கு ஒரு மகன் பிறந்தான். ஒரு நாள் அடிமை, அவனிடம்,

“உன் மகனை அரசனாக்கி விட்டு, உன் மனைவியை அவன் சார்பாக ஆட்சி செய்யச் சொல். நாம் மேற்கில் உள்ள நாட்டிற்குச் செல்லலாம்,” என்றான்.

இளவரசன் சரி என்றான். இருவரும் நிறைய பணம் எடுத்துக் கொண்டு மேற்கு நாட்டுக்குச் சென்றனர்.

“இந்த நாட்டு அரசரிடம் அவனது மகளைத் திருமணம் செய்து தருமாறு கேள்,” என்றான் அடிமை.

இளவரசனும் அதே போல் கேட்டான்.

மேற்கு நாட்டு அரசர், “இளவரசே, நீங்கள் தகுதியானவராக இருப்பதைப் பார்க்கிறேன். ஆனால், ஒரு விஷயத்தை உங்களிடம் வெளிப்படையாகச் சொல்லி விடுகிறேன். இதுவரை நான் எனது மகளை தொண்ணூற்றியொன்பது இளவரசர்களுக்குத் திருமணம் செய்து தந்துள்ளேன். அவர்கள் அனைவருமே முதலிரவில் இறந்து போனார்கள். எனவே, உங்களைப் பார்க்க எனக்குப் பாவமாக இருக்கிறது,” என்றார்.

இளவரசன் இதைக் கேட்டு பயந்தான். ஆனால், அடிமை, “பயப்பட வேண்டாம், தைரியமாக மணம் செய்து கொள்ளுங்கள்,” என்றான்.

அதே போல் திருமணம் நடந்தது. திருமணம் நடந்ததுமே, அரசனின் பணியாட்கள் சவப்பெட்டி செய்ய ஆரம்பித்தார்கள். முதலிரவின் போது, அடிமை ஒரு அலமாரிக்குப் பின் ஒளிந்து நின்றான். மணமக்கள் இருவரும் தூங்கிய பிறகு வாள் மற்றும் பெரிய இடுக்கியுடன் கட்டில் அருகே காவலுக்கு நின்றான். நள்ளிரவில் மணமகளின் வாயிலிருந்து ஒரு விஷப் பாம்பு வந்தது. அது இளவரசனைக் கொத்தச் சென்றது. இடுக்கியால் அதைப் பிடித்த அடிமை, அதை கண்ட துண்டமாக வெட்டினான். பிறகு அதை அலமாரியில் ஒளித்து வைத்தான். மறுநாள் இளவரசனைப் புதைப்பதற்காக, அரசரின் வீரர்கள் வந்தனர். ஆனால், என்ன ஆச்சரியம் ! இளவரசன் உயிரோடு இருந்தான். அவர்கள் உடனே அரசரிடம் சென்று இந்த மகிழ்ச்சியான செய்தியைச் சொன்னார்கள். மறுநாள் இரவும்

முதல்நாளைப் போலவே மணமகளின் வாயிலிருந்து பாம்பு வர, அடிமை அதையும் கொன்றான். அதன் பிறகு, எந்தப் பிரச்சனையும் இல்லை. அவர்கள் சந்தோஷமாக வாழ்ந்தார்கள். இந்த அரசருக்கும் மகன் இல்லை, என்பதால், அரசர் இறந்ததும், நம் இளவரசனே அரசனானான். ஒரு நாள் இளவரசனின் சொந்த நாடான கிழக்கு நாட்டிலிருந்து ஒரு தூதன் வந்தான். அவனை அவனது தாயார் அனுப்பியிருந்தார். "உன் தந்தை இறந்து விட்டார். நீ வந்து அரசனாக பட்டம் சூட்டிக் கொள்," என்று அவனது தாயார் செய்தி அனுப்பியிருந்தார்.

மந்திரியிடம் பொறுப்பை ஒப்படைத்து விட்டு, தனது இரண்டாவது மனைவி, அடிமை ஆகியோருடன் தனது நாட்டுக்குக் கிளம்பினான். வழியில் முதலில் வாழ்ந்த தீவிற்குச் சென்று முதல் மனைவியையும் அழைத்துக் கொண்டான். தனது சொந்த நாட்டுக்குச் சென்று அரசனாக முடி சூட்டிக் கொண்டான். இப்படியாக கிழக்குநாடும், மேற்கு நாடும் இணைந்தன.

ஒரு நாள் அடிமை தன்னை தனது சொந்த நாட்டிற்குச் செல்ல அனுமதிக்க வேண்டும், என்று தன் எஜமானரிடம் கேட்டான்.

"நண்பனே ! என் வாழ்வின் அத்தனை சிறப்புகளையும் உன் உதவியால் தான் பெற்றேன். உனக்கு என்ன வேண்டுமோ, எடுத்துக் கொண்டு நீ உன் நாடு செல்லலாம்," என்றான் அரசனாகி விட்ட நம் இளவரசன்.

"நாம் பெற்றது அனைத்தையும் இருவரும் சேர்ந்தே பெற்றோம். எனவே உன்னிடம் இருப்பவற்றில் பாதிக்கு எனக்கு உரிமை உண்டு. எனக்கு உன்

செல்வங்கள் எதுவும் வேண்டாம். உன் மனைவிகளை மட்டும் பங்கு போட்டுக் கொள்வோம்,” என்றான் அடிமை.

“நல்லது,” என்றான் அரசன். “உனக்கு மிகவும் பிடித்தமானவளை அழைத்துச் செல்.”

“அப்படி வேண்டாம். பிறகு, அழகானவளை நான் அழைத்துச் சென்றதாக நீங்கள் நினைப்பீர்கள். அழகற்றவளை அழைத்து வந்து விட்டதாக நான் நினைப்பேன். எனவே, இரண்டு அரசிகளையும் சம பாகங்களாகப் பிரித்து எடுத்துக் கொள்வோம்,” என்றான் அடிமை.

அரசன் முதலில் இந்த யோசனைக்கு மறுப்பு சொல்ல நினைத்தான். ஆனால், தனது அடிமை தனக்குச் செய்த உதவிகளை எல்லாம் நினைத்துப் பார்த்தான். அவனது வினோதமான வேண்டுகோளை மறுப்பது நன்றி கெட்ட செயல் என்று நினைத்தான்.

“சரி, நான் ஒப்புக் கொள்கிறேன்,” என்றான். இரண்டு அரசிகளையும அழைத்துக் கொண்டு, கடற்கரை ஓரமாக இருந்த ஒரு அத்தி மரத்திடம் சென்றார்கள். அடிமை மேற்கு அரசனின் மகளான அரசியை அந்த மரத்தில் தலைகீழாகத் தொங்க விட்டான். அவளை வெட்ட தனது பெரிய வாளை ஓங்கினான். அச்சத்தில் அரசி அலறினாள்.

“ஆ” என்று அவள் அலறிய போது அவள் வயிற்றிலிருந்து ஏராளமான பாம்புக் குட்டிகள் வெளியே வந்து விழுந்தன. அடிமை எல்லாவற்றையும் வெட்டிக் கொன்றான்.

"இனிமேல் ஒன்றும் பிரச்சனை இல்லை. அமைதியாக மகிழ்ச்சியாக உன் இரு மனைவிகளோடு ஆட்சி செய். இந்த உதவியையும் செய்ததால், நான் எனது கடமையை முடித்து விட்டேன். முன்னொரு காலத்தில் நீ காப்பாற்றிய தங்கத் தலை மீன் நான்தான். சென்று வருகிறேன்," என்றபடி அவன் கடலில் குதித்து மறைந்தான்.

அந்த தங்கத் தலை மீன் இப்போதும் கடலில்தான் இருக்கிறதாம்.

7
கணவனா? மனைவியா?

ஒரு ஊரில் ஒரு பொற்கொல்லனும், அவனது மனைவியும் மகிழ்ச்சியாக வாழ்ந்துவந்தார்கள். நாடு முழுவதிலும் கணவன் மனைவி காதலுக்கு அவர்களைத் தான் உதாரணம் சொல்வார்கள். அவர்கள் வீட்டில் இரவு முழுவதும் விளக்கு எரியும். ஒரு நாள் அந்த நாட்டின் ராஜாவும், ராணியும், அரண்மனை உப்பரிகையில் நின்று உறங்கிக் கொண்டிருக்கும் ஊரை வேடிக்கை பார்த்தார்கள். ஊரே இருட்டாக இருக்க பொற்கொல்லன் வீட்டில் மட்டும் விளக்கு எரிவது தனியாகத் தெரிந்தது. ராஜாவும், ராணியும் பொற்கொல்லன் குடும்பம் பற்றி பேசினார்கள். அவர்களின் அன்பான வாழ்க்கைக்குக் காரணம் பொற்கொல்லனின் நல்ல மனம்தான் என்றான் ராஜா. மனைவியின் நல்ல மனம் தான் காரணம் என்றாள் ராணி. இருவருக்கும் வாக்குவாதம் ஆகிவிட்டது. ஒரு சோதனை மூலம் அதைக் கண்டுபிடிப்பது என்று

முடிவு செய்தார்கள். மறுநாள் ராணி தனது பணிப்பெண் ஒருத்தியை பொற்கொல்லனிடம் அனுப்பினாள். அவள் அவனிடம் சென்று தான் அவனைக் காதலிப்பதாகவும், அவன் தனது மனைவியைக் கொன்று விட்டால் தன்னை மணம் செய்து கொள்ளலாம் என்றும் கூறினாள்.

“என்னால் முடியாது,” என்றான் பொற்கொல்லன். “நான் என் மனைவியை விட்டுப் பிரிய மாட்டேன். ஆயிரம் அழகிகள் என்னை மணம் செய்து கொள்ள வந்தாலும், அதற்காக அவளைக் கொல்ல மாட்டேன்,” என்றான் அவன்.

மறுநாள் ராஜா தனது வீரன் ஒருவனை பொற்கொல்லனின் மனைவியிடம் அனுப்பினான். அந்த வீரன் அவளிடம் தான் அவளது அழகில் மயங்கி விட்டதாகவும், அவள் தனது கணவனைக் கொன்று விட்டால், தன்னை மணந்து கொள்ளலாம் என்றும் சொன்னான்.

“உண்மையாகவா?” என்றாள் அவள்.

“ஆம்,” என்றான் வீரன்.

“சரி. இன்றிரவு என் கணவனைக் கொன்று விடுகிறேன். இன்றிரவு எங்கள் வீட்டில் விளக்கு அணைக்கப்படும் போது, அவனை நான் கொன்று விட்டதை அறிந்து கொள்,” என்றாள்.

வீரன் இந்தத் தகவலை ராஜாவிடம் சொன்னான். ராஜா உடனடியாக பொற்கொல்லனைக் காப்பாற்ற சில வீரர்களை அனுப்பினான். இரவு வழக்கம் போல, உணவு உட்கொண்ட பின், பொற்கொல்லன் தன் மனைவியின் மடியில் படுத்து தூங்க ஆரம்பித்தான்.

உடனே அவள் ஒரு கயிற்றை எடுத்து அவன் கழுத்தில் சுருக்குப் போட்டு அவனைக் கொல்ல முயன்றாள். மறைந்திருந்த ராஜாவின் வீரர்கள் அவனைக் காப்பாற்றுவதற்குள் அவனைக் கொன்றுவிட்டாள். வீரர்கள் அவளைக் கைது செய்தார்கள். தன் குடிமகன்களில் மிகச் சிறந்தவன் ஒருவன் இவ்வாறு கொலை செய்யப்பட்டதை அறிந்த ராஜாவால் அன்றிரவு முழுவதும் தூங்க முடியவில்லை. காலையில் எழுந்ததும், தன் மந்திரியை அழைத்து,

“இன்று நான் வேட்டைக்குச் செல்கிறேன். மாலையில் நான் அரண்மனை திரும்பும் முன் நாட்டில் உள்ள அத்தனை பெண்களையும், கிழவி, குமரி என்று ஒருத்தியையும் விடாமல் எல்லோரையும் கொன்று போடுங்கள்,” என்று உத்தரவிட்டான்.

வீடு சென்ற மந்திரி ராஜாவின் உத்தரவு பற்றி முதியவரான தன் தந்தையிடம் கூறினான்.

“இந்த உத்தரவை நிறைவேற்றாதே. நான் பார்த்துக் கொள்கிறேன். ராஜாவின் கோபத்திலிருந்து தப்ப, இரண்டு மூன்று நாட்கள் தலைமறைவாக இரு,” என்று அந்த முதியவர் தன் மகனான மந்திரியிடம் கூறினார்.

மாலையில் வேட்டையை முடித்து விட்டு வந்த ராஜா, நாட்டில் பெண்கள் அனைவரும் உயிரோடு இருப்பதைக் கண்டு ஆத்திரமுற்றான். மந்திரியை அழைத்து வரச் சொன்னான். அவனுக்கு பதிலாக கம்பை ஊன்றிக் கொண்டு அவனது தந்தையாகிய கிழவர் வந்தார்.

“உங்கள் மகன் எங்கே? முதலில் அவன் தலையைச் சீவிவிட்டு, பிறகு நாட்டின் அத்தனை பெண்களின்

தலையையும் சீவப் போகிறேன்,” என்றான் ராஜா கோபமாக.

“மன்னர் வாழ்க!” என்று தன் நடுங்கும் குரலில் வாழ்த்தினார் கிழவர். “என் அனுபவத்திலிருந்து ஒரு விஷயத்தைச் சொல்ல அனுமதிக்க வேண்டும். பிறகு நீங்கள் விரும்பினால், என் தலையையும் சேர்த்துச் சீவி விடலாம்,” என்றார்.

“சொல்லுங்கள்,” என்றான் ராஜா. அதே சமயம் பெண்கள் அனைவரையும் கொல்ல தன் வீரர்களைத் தயாராக இருக்குமாறு உத்தரவு போட்டான்.

“நான் உங்கள் தந்தையாரின் காலத்தில் மந்திரியாக இருந்தேன்,” என்று ஆரம்பித்தார் கிழவர். “ஒரு நாள் நாங்கள் வேட்டைக்குச் சென்றோம். ஒரு மானை விரட்டிக் கொண்டே சென்ற நான், எங்கள் குழுவைப் பிரிந்து காட்டின் மற்றொரு பக்கத்தில் இருந்த ஒரு கிராமத்தின் பக்கமாகச் சென்று விட்டேன். அப்போது குதிரையில் வந்த ஒருவன் பின்பக்கத்திலிருந்து என்னை குதிரையோடு சேர்த்துக் கட்டிப் போட்டு விட்டான். அவன் மிகவும் பலசாலியாக இருந்ததால் என்னால் அவனை எதிர்க்க முடியவில்லை. என் குதிரையை அவனது குதிரையோடு சேர்த்துக் கட்டிக் கொண்டு என்னையும், என் குதிரையையும் அவனோடு அழைத்துச் சென்றான். நாங்கள் ஒரு சுடுகாட்டிற்கு வந்து விட்டோம். அங்கே ஒரு இடத்தில் என்னை அவிழ்த்து விட்டு இறங்கச் சொன்னான். அங்கே என்னை இரண்டு சவக்குழிகள் தோண்டச் சொன்னான். பிறகு என்னை மீண்டும் குதிரையில் உட்கார வைத்துக் கட்டிப் போட்டு, கோட்டைச் சுவர் அருகே அழைத்துச் சென்றான். அங்கே ஓரிடத்தில் என்னை நிறுத்தி விட்டு

சுவரில் ஏறினான். சில நிமிடங்களுக்குப் பிறகு அப்போது தான் கொல்லப்பட்ட தலையில்லாத உடல் ஒன்றை மேலே இருந்து எறிந்தான். பிறகு இறங்கி வந்து அந்த உடலை என் குதிரையில் ஏற்றி விட்டு, முன்பு நான் தோண்டி வைத்த சவக்குழிக்கு அழைத்துச் சென்றான். எனக்கு ஒரே பயம். ஒரு குழி அந்த உடலுக்கு. மற்றது எனக்கு என்று நினைத்தேன். ஆனால், வியப்பூட்டும் விதமாக அவன் என்னை அவிழ்த்து விட்டு, பிணத்தைப் புதைக்க உதவி செய்யச் சொன்னான். புதைத்ததும், என் பக்கம் திரும்பி,

“நீங்கள் யார் என்று எனக்குத் தெரியும். நீங்கள் பக்கத்து நாட்டின் மந்திரி. நான் சொல்வதை கவனமாகக் கேட்டு, ராஜாவிடம் சென்று என் கதையைச் சொல்லுங்கள். உண்மையில் நான் ஒரு பெண். ஆண் வேடத்தில் இருக்கிறேன். நான் என் கணவன் மீது அளவற்ற காதல் வைத்திருந்தேன். இப்போது நாம் புதைத்தது இந்த நாட்டின் இளவரசன். என் மீது காதல் கொண்ட இந்த இளவரசன் என் கணவனைக் கொன்று விட்டான். அவனைக் கொன்று என் கணவனின் சமாதிக்கு அருகில் புதைப்பதாக சபதம் செய்தேன். நான் இப்போது அதை நிறைவேற்றி விட்டேன். அடுத்து நான் தற்கொலை செய்து கொள்ளப் போகிறேன். என்னை நீங்கள் என் கணவன் அருகிலேயே புதைக்க வேண்டும்,” என்று சொல்லி தன் கழுத்தை அறுத்துக் கொண்டு என் காலடியில் இறந்து விழுந்தாள். நானும் அவளை அவளது கணவனுக்கு அருகில் புதைத்தேன். இது ஒரு வீரமான, விசுவாசமான மனைவியின் கதை. பொற்கொல்லனின் மனைவி எல்லாப் பெண்களையும் கொல்வதற்கு உங்களுக்கு ஒரு காரணத்தைத் தந்தாள் என்றால், நான் கூறிய

பெண் எல்லாப் பெண்களையும் உங்கள் கோபத்திலிருந்து காப்பாற்ற ஒரு காரணத்தைத் தந்திருக்கிறாள். ஒரு பெண்ணின் கெட்ட குணத்திற்காக எல்லாப் பெண்களையும் ஏன் நீங்கள் கொல்ல வேண்டும்? என்று கேட்டார்.

ராஜா பொற்கொல்லனின் மனைவியை மட்டும் கொன்றால் போதும் என்று உத்தரவிட்டான்.

8

புத்திசாலி நெசவாளி

ஒரு நாள் ஒரு அரசன் தன் சிம்மாசனத்தில் உட்கார்ந்திருந்த போது, வெகு தூரத்தில் இருந்த ஒரு நாட்டிலிருந்த வந்த ஒரு தூதன், அரசனின் சிம்மாசனத்தைச் சுற்றி ஒரு கோடு போட்டுவிட்டு, எதுவும் பேசாமல் உட்கார்ந்து விட்டான். அரசனுக்கு எதுவும் புரியவில்லை. மந்திரிகளை அழைத்துக் கேட்டான். அவர்களுக்கும் ஒன்றும் புரியவில்லை. மற்றொரு நாட்டின் அரசன் அனுப்பியிருக்கும் மறைமுகச் செய்தியை என்னவென்று புரிந்து கொள்ளக் கூட தன் நாட்டில் அறிவாளியாக யாரும் இல்லையா என்று அரசனுக்கு அவமானமாக இருந்தது. கோபம் கொண்ட அரசன் இந்தப் புதிரை விடுவிக்குமாறு தன் மந்திரிகளுக்கு கட்டளை இட்டான். அல்லது அவர்களுக்குத் தெரியாவிட்டால், யாராவது ஒரு புத்திசாலியை அழைத்து வந்து இந்தப் புதிரை அவிழ்க்குமாறும், இல்லாவிட்டால் எல்லார் தலையையும் சீவப் போவதாகவும் கூறினான். உடனே

மந்திரிகள் நாட்டில் நல்ல புத்திசாலி யார் என்று தேட ஆரம்பித்தனர்.

இப்படி தேடிக் கொண்டே சென்ற போது ஊருக்கு ஒதுக்குப்புறமாக ஒரு வீடு இருந்ததைப் பார்த்து அதற்குள் நுழைந்தனர். முதல் அறையில் யாரும் இல்லை. ஆனால் தொட்டிலில் ஒரு குழந்தை தூங்கிக் கொண்டிருந்தது. வியக்கத்தக்க வகையில் அந்த தொட்டில் ஆட்டுவதற்கு யாருமே இல்லாமல் தானாகவே ஆடிக் கொண்டிருந்தது. அவர்கள் அடுத்த அறைக்குள் நுழைந்தார்கள். அங்கும் தானாகவே ஆடும் தொட்டிலில் மற்றொரு குழந்தை தூங்கிக் கொண்டிருந்தது. அவர்கள் அப்படியே கொல்லைப்புறம் சென்றார்கள். அங்கு முற்றத்தில் கோதுமை காயப் போடப்பட்டிருந்தது.கோதுமையைத் தின்ன வந்த குருவிகளை ஒரு கம்பு தானாகவே இங்குமங்கும் ஆடி விரட்டிக் கொண்டிருந்தது. மந்திரிகளுக்கு ஒரே வியப்பு. கடைசி அறையில் ஒரு நெசவாளி துணி நெய்து கொண்டிருப்பதைப் பார்த்தார்கள். அவனிடம் விசாரித்தார்கள். அவனது மனைவி இரட்டைக் குழந்தைகளைப் பிரசவித்து விட்டு இறந்து விட்டாள். நெசவாளி தனது தறியின் விசையோடு இரண்டு தொட்டில்களையும், ஒரு கம்பையும் இணைத்திருந்தான். அதன் மூலம் அவன் புத்திசாலித்தனமாக ஒரே நேரத்தில் மூன்று வேலைகளை யார் துணையும் இன்றி பார்த்துக் கொண்டான். தூதனின் புதிரை விடுவிக்க இவன்தான் சரியான ஆள் என்று அவனிடம் நடந்தைச் சொன்னார்கள் மந்திரிகள்.

அவன் சிறிது நேரம் யோசித்து விட்டு, சில கோலிக் குண்டுகளையும், ஒரு கோழியையும் எடுத்துக் கொண்டு மந்திரியுடன் கிளம்பினான். அரசன் முன்பு வந்த அவன் அந்த கோலிக்குண்டுகளை வெளி

நாட்டுத் தூதன் முன்பாக வீசினான். உடனே தூதன் தன் பையிலிருந்து சிறிது தானியங்களை எடுத்து தரையில் சிந்தினான். நெசவாளி தனது கோழியைக் கீழே விட, அது சில நிமிடங்களில் அந்த தானியங்கள் முழுவதையும் தின்றுவிட்டது. உடனே அந்த தூதன் தன் செருப்பை மாட்டிக் கொண்டு, அந்த இடத்தை விட்டு வேகமாக ஓடி விட்டான்.

“இதெல்லாம் என்ன?” என்றான் அரசன்.

“உங்கள் சிம்மாசனத்தைச் சுற்றிக் கோடு போட்டதன் மூலம் அவன் தனது அரசன் நம் நாட்டை முற்றுகை இடப் போவதாகக் காட்டினான். நான் கோலிக் குண்டுகளை வீசியதன் மூலம் அவர்கள் எல்லாம் சிறுவர்கள், நம்மோடு போரிடுவதற்கு பதிலாக அவர்கள் கோலிக்குண்டு விளையாடச் செல்லலாம் என்று உணர்த்தினேன். அவன் தானியங்களைச் சிதறியதன் மூலம் தங்கள் படையின் எண்ணிக்கை அளவிட முடியாதது என்று காட்டினான். என் கோழியை வைத்து அந்த தானியங்களைத் தின்ன வைத்ததன் மூலம் நம் படைகள் அவர்கள் படையை எளிதாக வென்று விடும் என்று காட்டினேன்,” என்றான் நெசவாளி.

அரசனுக்கு ஒரே மகிழ்ச்சி. அவனுக்கு ஏராளமான பரிசுகளைத் தந்தான். நீங்கள் பிரதம மந்திரியாக இருங்கள் என்றான். நெசவாளி மறுத்தான்.

“நான் நெசவாளியாகவே இருக்க விரும்புகிறேன். அறிவும், புரிதலும் பதவியால் வருவதல்ல, சாதாரண மக்களும் அறிவாளிகளாக இருக்கக் கூடும், எனவே அவர்களையும் நல்லபடியாக மதிக்க வேண்டும் என்பதை நீங்கள் மனதில் கொண்டால் போதும்,” என்றான்.

9
அறிவா? அதிர்ஷ்டமா?

ஒரு நாள் அறிவும், அதிர்ஷ்டமும் வாதம் செய்தன.

"என்னால்தான் ஒரு மனிதன் முழுமை அடைகிறான்," என்றது அதிர்ஷ்டம்.

"இல்லை. என்னால் தான்," என்றது அறிவு. கடைசியில் பக்கத்து நிலத்தில் வேலை செய்து கொண்டிருந்த ஒரு விவசாயியை வைத்து யார் முக்கியம் என்பதை முடிவு செய்யலாம் என்று தீர்மானித்தன. அந்த மனிதனை முதலில் அதிர்ஷ்டம் நெருங்கியது. ஆஹா.. உடனே அவனது கலப்பையின் முனையில் ஒரு ஜாடி சிக்கியது. விவசாயி அதைத் திறந்து பார்த்தான். ஜாடி நிறைய தங்கக் காசுகள் இருந்தன.

"ஆஹா.. நான் பணக்காரனாகி விட்டேன்." என்றான் அவன். ஆனால், திருடர்களுக்கு எனது புதையல் பற்றித் தெரிந்துவிட்டால்? திருட வந்தால்? நான்

எதிர்க்கும் போது என்னைக் கொன்று விட்டால்? என்று யோசித்தான்.

இப்படி யோசித்துக் கொண்டிருக்கும் போது, ஒரு நீதிபதி அந்தப் பக்கமாக வந்தார். உடனே அவன் அந்த ஜாடியை அவரிடம் தந்து விட்டு, தான் எப்போதும் போல் எளிமையாக வாழ முடிவு செய்தான். போய் அந்த நீதிபதியை தன் நிலத்திற்கு அழைத்தான். அவரும் வந்தார். இப்போது அவன் மூளைக்குள் அறிவு புகுந்து கொண்டது. அவன் ஜாடியை மறைத்து வைத்துக் கொண்டு, அவரிடம்,

“ஐயா, நீங்கள் அறிவாளி.. எனது இரண்டு காளைகளில் எது சிறந்தது என்று சொல்லுங்கள்,” என்றான்.

நீதிபதிக்குக் கோபம் வந்து விட்டது. விவசாயியைத் திட்டி விட்டு தன் வழியே போனார்.

“ஐயோ, நான் எவ்வளவு பெரிய முட்டாள்! அவரிடம் ஜாடியைத் தராமல் போனேனே? அவர் தான் அதை வைத்துக் கொள்ள தகுதியானவர். நான் இந்த தங்கக் காசுகளை வைத்து என்ன செய்வேன்? அவற்றை எப்படி வைத்துக் கொள்வேன்?” என்று யோசித்தான்.

அன்று முழுவதும் அவன் வேலை பார்க்கவில்லை. ஏதோ வீண் யோசனையில் நேரத்தைக் கழித்தான். மாலையில் அந்த நீதிபதி தன் கிராமம் வழியாகத் திரும்பிச் செல்வதைப் பார்த்தான். அவரிடம் ஓடிச் சென்று ஒரு நிமிடம் தன் நிலத்திற்கு வந்து செல்லும்படி வேண்டினான். அவரும் அவனது செய்கையில் ஏதோ காரணம் இருக்கிறது என்று

வந்தார். இப்போது மீண்டும் அறிவு அவன் மூளைக்குள் புகுந்து கொண்டது.

“ஐயா, நீங்கள் படித்தவர். நான் நேற்று உழுத வயலா அல்லது இன்று உழுத வயலா, எது பெரியது என்று சொல்லுங்களேன்,” என்றார்.

நீதிபதி இவன் பைத்தியம் போல என்று நினைத்துக் கொண்டு, சிரித்துக் கொண்டே கிளம்பினார். அவர் போனதும், அறிவும் மூளையிலிருந்து போனது. அவன் தன் தலையில் அடித்துக் கொண்டு,

“நான் எவ்வளவு பெரிய மூடன். அவருக்கு அந்த ஜாடியை ஏன் நான் தரவில்லை? அதை இப்போது எங்கே வைப்பது? என்ன செய்வது? என்று நினைத்தான்.

இப்படி யோசித்துக் கொண்டே, ஜாடியை தன் சாப்பாட்டுக் கூடையில் வைத்துக் கொண்டு, மாடுகளை ஓட்டிக் கொண்டு வீடு வந்தான்.

“மனைவியே, காளைகளை தொழுவத்தில் விட்டு விட்டு, வைக்கோல் போடு. கலப்பையை எடுத்து வை. நான் நீதிபதியைப் பார்த்து விட்டு வருகிறேன்,” என்றான் மனைவியிடம்.

அவனது மனைவி புத்திசாலி. அவள் சாப்பாட்டுக் கூடையில் ஏதோ இருப்பதையும், அதைத் தன் கணவன் வீட்டில் வைக்காததையும் கவனித்தாள். அதில் ஏதோ இருக்கிறது , அது என்ன என்று தெரிந்து கொள்ள வேண்டும் என்று நினைத்து, அவனிடம்,

“உன் காளைகளை கவனிப்பது என் வேலை அல்ல. எனக்கு அதற்கெல்லாம் நேரமே இல்லை. நான் பசு மாடுகளிடம் பால் கறக்க வேண்டும். ஆடுகளை கவனிக்க வேண்டும். நீயே காளைகளை தொழுவத்தில்

விட்டு, வைக்கோல் போட்டு விட்டு, எங்கே வேண்டுமானாலும் போ,” என்றாள்.

அவன் தன் சாப்பாட்டுக் கூடையை கதவருகே வைத்து விட்டு காளைகளைக் கட்டிப் போடச் சென்றான். அவன் போனதும் அவனது மனைவி சாப்பாட்டுக் கூடையைத் திறந்து பார்த்தாள். ஜாடி நிறைய தங்கக் காசுகள் இருந்ததைப் பார்த்ததும் அவற்றை எடுத்துக் கொண்டு, ஜாடியில் ஒரு பெரிய கல்லை வைத்தாள். காளைகளை தொழுவத்தில் அடைத்துவிட்டு. விவசாயி சாப்பாட்டு கூடையைத் தூக்கிக் கொண்டு நீதிபதி வீட்டுக்குச் சென்றான்.

“உங்களுக்கு ஒரு பரிசு கொண்டு வந்திருக்கிறேன்,” என்று ஜாடியை அவரிடம் தந்தான். நீதிபதி ஜாடியைத் திறந்து பார்த்தால் உள்ளே பெரிய கல். கோபமடைந்த அவர், இவனிடம் ஏதோ ரகசியம் இருக்கிறது என்று நினைத்து, அவனை சிறையில் அடைத்தார். அவனைக் கவனிக்க இரண்டு ஒற்றர்களை நியமித்து, அவன் என்ன செய்தாலும், சொன்னாலும் தன்னிடம் தெரிவிக்க வேண்டும் என்றார். சிறையில் அந்த விவசாயி,

“அந்த ஜாடி இத்தனை பெரியதாக இருந்தது, வாய் இத்தனை பெரியது, வயிறு இத்தனை பெரியது, அதில் இவ்வளவு தங்கக் காசுகள் இருந்தன,” என்று மனதுக்குள் நினைத்தவாறு கைகளை விரித்து விரித்து அளவு காட்டிக் கொண்டிருந்தான்.

ஒற்றர்கள் அவன் கைகளால் ஏதோ சைகை செய்கிறான் என்றும், எதுவும் பேசவில்லை என்றும் நீதிபதியிடம் சொன்னார்கள். நீதிபதி அவனை அழைத்து, தன் கைகளால் அவன் என்ன சைகை

செய்தான் என்று கேட்டார். இப்போது அறிவு அவன் மூளைக்குள் புகுந்தது.

“உங்கள் மண்டை இவ்வளவு பெரியது. கழுத்து இவ்வளவு தடிமன், தாடி இவ்வளவு நீளம் என்று கைகளால் அளவு காட்டிக் கொண்டிருந்தேன். உங்கள் தாடி பெரியதா? ஆட்டின் தாடி பெரியதா? என்று யோசித்துக் கொண்டிருந்தேன்,” என்றான்.

நீதிபதிக்கு இப்போது பயங்கரமாகக் கோபம் வந்து விட்டது. விவசாயியை அடித்துக் கொல்லுங்கள் என்று உத்தரவிட்டார். வீரர்கள் அவனை அடிக்க ஆரம்பித்தார்கள். அப்போது அவன்,

“அடிக்காதீர்கள், நான் உண்மையைச் சொல்லிவிடுகிறேன்,” என்றான்.

அடிப்பதை நிறுத்தி, அவனை நீதிபதியிடம் அழைத்துச் சென்றனர். நீதிபதி சிறையில் கையால் எதை அளந்து கொண்டிருந்தாய் என்ற உண்மையை இப்போதாவது சொல் என்றார்.

“இப்படி தொடர்ந்து அடித்தால், நான் செத்து விடுவேன் என்பதுதான் உண்மை,” என்றான் அவன்.

இவன் பைத்தியம், இவனை ஒன்றும் செய்ய முடியாது என்று முடிவு செய்த நீதிபதி, சிரித்துக் கொண்டே, அவனை விடுதலை செய்யச் சொன்னார்.

அப்போது, அறிவும், அதிர்ஷ்டமும், நண்பர்களாக மாறி கை குலுக்கிக் கொண்டன.

“அறிவோடு அதிர்ஷ்டமும், அதிர்ஷடத்தோடு அறிவும் சேர்ந்தால் தான் மனிதன் முழுமை அடைவான்,” என்று சொல்லிச் சிரித்தன.

10
நீருற்றின் மருமகள்

ஒரு ஊரில் ஒரு அம்மா இருந்தாள். அவளுக்கு மூன்று மகள்கள் இருந்தார்கள். அவர்களுக்கு உடைகள் வாங்குவதற்காக அவள் பக்கத்து நகரத்திற்குச் சென்றாள். வரும் வழியில் ஒரு நீருற்றுக்கு அருகில் உட்கார்ந்தாள்.

“உஷ்”, என்றாள் அவள் தன் கடைசி மகளுக்கு உடை வாங்க மறந்து போனதை நினைத்தபடி.

திடீரென்று, அந்த நீருற்றிலிருந்து ஒரு கிழவன் வந்தான். அந்தப் பெண் முன்பு வந்து,

“நான் தான் உஷ். என்னை ஏன் அழைத்தீர்கள்?” என்றான்.

“நான் உங்களை அழைக்கவில்லை. என் கடைசி மகளுக்கு உடை வாங்க மறந்து விட்டதை நினைத்து உஷ் என்று பெருமூச்சு விட்டேன்,” என்றாள் அந்தப் பெண்.

“போய் அவளை அழைத்து வா. வந்ததும் என்னைக் கூப்பிடு. நான் அவளுக்கு உடை தருகிறேன்,” என்றான் கிழவன்.

அந்தப் பெண்ணும் அப்படியே தன் மகளை அழைத்து வந்தாள். “உஷ்” என்று சொன்னதும் அந்தக் கிழவன் வந்துவிட்டான். வந்து அந்தப் பெண்ணை நீருற்றுக்குள் அழைத்துச் சென்றுவிட்டான். அந்தப் பெண் பல முறை “உஷ்” “உஷ்” என்று அழைத்தும் அவன் திரும்ப வரவில்லை. கடைசியில் அவள் நம்பிக்கை இழந்து தன் மகளைத் தொலைத்து விட்டோமே என்ற வருத்தத்தோடு வீடு திரும்பினாள். ஒன்றிரண்டு மாதங்களுக்குப் பிறகு ஒரு நாள் அந்த நீரூற்றுக்கு அருகில் வந்து “உஷ்” என்று அழைத்தாள். அந்தக் கிழவன் உடனே வந்தான். இந்தப் பெண்ணைப் பார்த்ததும்,

“ஹலோ ! மகனே, உன் மாமியார் தன் மகளை அழைக்க வந்திருக்கிறாள். அவளை அனுப்புவாயா?” என்று கேட்டபடி நீரூற்றுக்குள் நுழைந்தான்.

“நிச்சயமாக.” என்று உள்ளே இருந்து ஒரு குரல் கேட்டது. “முறைப்படி, அவள் தன் அம்மா வீடு செல்ல அனுப்புகிறேன்.”

சில நிமிடங்கள் அந்தப் பெண் பதட்டமாகக் காத்திருக்க, மகள் அந்த நீரூற்றிலிருந்து புதுமணப் பெண் போல் அழகாக உடுத்தி, வெளியே வந்தாள். அம்மா அவளை தன் வீட்டுக்கு அழைத்துச் சென்றாள்.

“அம்மா, எனக்கு தனி அறை ஒன்று தாருங்கள். என் கணவர் தினமும் இரவு நம் வீட்டுக்கு வருவதாகச் சொல்லியிருக்கிறார்,” என்றாள் மகள்.

அம்மா அவளுக்கு ஒரு தனி அறை தந்தாள். மாப்பிள்ளை தினமும் இரவில் ஒரு கிளி உருவத்தில் வந்தான். நள்ளிரவில் வந்து தன் சிறகுகளை அடித்தபடி ஜன்னல் விளிம்பில் உட்காருவான். மனைவி ஜன்னலைத் திறந்து அவளை உள்ளே விடுவாள். காலையில் விடிவதற்குள் அவன் கிளி உருவத்தில் பறந்து விடுவான். அக்காக்கள் இருவரும் தம் தங்கையைப் பார்த்து பொறாமை கொண்டனர். அவர்கள் ஜன்னல் விளிம்பில் கூர்மையான கத்திகளை ஆணி அடித்துப் பொருத்தினர். அன்றிரவு கிளி வடிவில் மாப்பிள்ளை வந்து ஜன்னல் விளிம்பில் உட்கார்ந்ததும், கத்திகள் கிளியின் உடலைக் கிழித்தன. பல இடங்களில் காயம் பட்டது. கிளி கஷ்டப்பட்டு பறந்து நீரூற்றை அடைந்தது. உள்ளே சென்ற மாப்பிள்ளை படுக்கையில் வீழ்ந்தான். தன் மனைவிதான் ஜன்னலில் இப்படி கத்திகளை வைத்தாள் என்று நினைத்து அவளை பழி வாங்க நினைத்தான். ஐந்து ஆறு நாட்களாக கிளி வரவில்லையே என்று அவனது மனைவி தன் தாயுடன் நீரூற்றுக்கு வந்தாள்.

“உஷ்” என்றார்கள் இருவரும். உடனே கிழவன் வந்து பார்த்தான். பிறகு, நீரூற்றுக்குள் பார்த்து,

“உன் மனைவியும், மாமியாரும் வந்திருக்கிறார்கள்,” என்றான்.

“எனக்கு இந்த மனைவி வேண்டாம். நீங்கள் கழுகு வடிவம் எடுத்து அவளைத் தூக்கிச் சென்று பாலைவனத்தில் போட்டுவிடுங்கள்,” என்றான் கணவன்.

உடனே உஷ் கழுகாக மாறி, அந்தப் பெண்ணை தூக்கிச் சென்று பாலைவனத்தின் மணலில் போட்டான். ஆனால் அவள் இறக்கவில்லை.

“இப்படி ஒரு தண்டனை பெற நான் என்ன தவறு செய்தேன்?” என்று அவள் அழுதாள்.

எங்கு செல்வது என்று தெரியாமல் பாலைவனத்தில் அலைந்தாள். இரவில், மணலில் தன்னைப் புதைத்துக் கொண்டு மறைவாகத் தூங்கச் சென்றாள். அப்போது இரண்டு மந்திரவாதிகள் அவள் பக்கமாக வந்து உட்கார்ந்தார்கள். அவர்கள் மந்திரம் சொல்லவும், ஏராளமான பெரிய பெரிய பாம்புகள் வந்தன. அவை ஒன்றை ஒன்று விசாரித்துக் கொண்டன. பல நோய்களுக்கு என்னென்ன மருந்துகள் தரலாம் என்று பேசிக் கொண்டன. ஒரு பாம்பு, “கத்தியால் ஏற்பட்ட வெட்டுக் காயங்களுக்கு முதலில் ஒரு பெண்ணின் தாய்ப்பாலால் வெட்டுப்பட்டவனைக் கழுவ வேண்டும். பிறகு ஒரு இளம் பெண்ணின் நரம்பிலிருந்து எடுக்கப்பட்ட ரத்தத்தை காய வைத்து காயங்களில் பூச வேண்டும். மூன்று முறை இவ்வாறு செய்தால் கத்தி வெட்டுக் காயங்கள் ஆறிவிடும்,” என்று மற்ற பாம்புகளிடம் சொன்னது.

அவள் இந்த மருந்து பற்றி கவனமாகக் கேட்டுக் கொண்டாள். மறுநாள் தன் கணவனின் நீரூற்றைத் தேடி நடக்க ஆரம்பித்தாள். நீண்ட பயணத்திற்குப் பிறகு தனது சொந்த கிராமத்திற்கு வந்து சேர்ந்தாள். அங்கு ஒரு கிராமப் பெண்ணிடம் தாய்ப்பால் கேட்டு வாங்கிக் கொண்டாள். பிறகு தனது நரம்பை வெட்டி ரத்தத்தை எடுத்து வெயிலில் காய வைத்தாள். பின்னர் ஆண் வேடம் தரித்து நீரூற்றுக்குச் சென்றாள்.

“உஷ்” என்றாள். கிழவன் வந்து “என்ன வேண்டும்?” என்றான்.

“நான் ஒரு மருத்துவன். ஒரு மருந்தை மறந்து வைத்துவிட்டு வந்து விட்டேன். அதுதான் உஷ் என்றேன்,” என்றாள் அவள்.

கிழவன் உள்ளே சென்று வெளியே ஒரு மருத்துவர் இருப்பதாக தன் மகனிடம் சொன்னான். மகன் தன் காயங்களுக்கு மருந்து கேட்கலாம் என்று அந்த மருத்துவரை அழைத்து வரச் சொன்னான்.

உள்ளே வந்த அந்தப் பெண், அவனைப் பரிசோதித்து விட்டு, “உன்னை மூன்று நாட்களில் குணப்படுத்துகிறேன்,” என்றாள்.

அவனை தாய்ப்பாலில் குளிப்பாட்டி, காயங்களில் தன் காய்ந்த ரத்தத்தைப் பூசினாள். மூன்று நாட்களும் இப்படியே செய்ய, காயங்கள் ஆறிவிட்டன.

“மருத்துவரே, உங்களுக்கு என்ன வேண்டும்?” என்றான் அந்த இளைஞன்.

“ஒன்றும் வேண்டாம். என் பெயரை நினைவு வைத்திருங்கள் அது போதும்,” என்றான் மருத்துவன்.

“உன் பெயர் என்ன?”

“என் பெயர் வாசனை மரம்,”

“ஹா.. என் மனைவியின் பெயரும் அதுதான்,” என்றான் அவன்.

“நான் உங்கள் மனைவிதான்,” என்று சொல்லி அவள் தன் ஆண் வேடத்தைக் கலைத்தாள். பின்னர் அழுதபடியே அவனைக் கட்டித் தழுவி, தன் தவறு எதுவும் இல்லை என்பதை விளக்கினாள். பின்னர் இருவரும் மிக மகிழ்ச்சியாக அந்த நீரூற்றுக்குள் நீண்ட காலம் வாழ்ந்தனர்.

11
கடல் கன்னி

ஒரு கடற்கரையில் ஒரு கிழவியும், அவளது மகனும் வாழ்ந்து வந்தனர். கிழவி தினமும் ஒரு ரொட்டித் துண்டை கடலுக்குள் வீசுவாள். ஒரு நாள் அவள் தனது மகனிடம்,

“மகனே, எனக்கு வயதாகிறது. நான் விரையில் இறந்து விடுவேன். என் அறிவுரையைக் கேள். தினமும் காலையில் ஒரு ரொட்டித் துண்டை கடலில் வீசு,” என்றாள்.

சில நாட்களில் அந்தக் கிழவி இறந்தாள். அவளது மகன் தினமும் காலையில் ஒரு ரொட்டித் துண்டை கடலில் வீசுவான். ஒரு நாள் மாலை அவன் வேலையிலிருந்து வந்த போது, வீடு பெருக்கி, துடைத்து சுத்தமாக இருந்ததைப் பார்த்து வியந்தான். மற்றொரு நாள் அவனது அலமாரியில் சிறிது இறைச்சி வைக்கப்பட்டிருந்தது. மாலையில் பார்த்தால், அந்த இறைச்சி

சமைக்கப்பட்டு, அவனது மேஜையில் வைக்கப்பட்டிருந்தது. இப்படி பல முறை நடந்தது. ஒரு நாள் அவன் வேலைக்குச் செல்லாமல் மாடிப்படியின் கீழ் ஒளிந்து கொண்டான். சிறிது நேரத்தில் கடலில் மிகப் பெரிய அலை அடிக்கும் சத்தம் கேட்டது. பெரிய மீன் ஒன்று கரையில் ஒதுங்கியது. உடனே அந்த மீன் தோல் உரிந்து, அதிலிருந்து ஒரு நிலவைப் போல் ஒளி வீசும் ஒரு அழகான பெண் வெளியே வந்தாள். அவள் வீட்டை சுத்தம் செய்தாள். சமையல் வேலையை முடித்தாள். அவள் வெளியே செல்லும் போது, இளைஞன் அவளைப் பிடித்துக் கொண்டான்.

“அம்மா, அம்மா, காப்பாற்றுங்கள்,” என்று அந்தப் பெண் கத்தினாள். உடனே கடலிலிருந்து, “மகளே, பயப்படாதே, அது எனது மாப்பிள்ளை” என்று ஒரு குரல் கேட்டது. கடவுளின் விருப்பத்தோடும், அவளது அம்மாவின் அனுமதியோடும். அவர்கள் திருமணம் செய்து கொண்டார்கள். திருமண நிகழ்ச்சிகள் ஏழு நாட்களுக்கு நடந்தன.

ஒரு நாள் அந்தப் பெண் ஜன்னல் அருகே உட்கார்ந்து தையல் வேலை செய்து கொண்டிருந்தாள். அப்போது அந்த வழியாகச் சென்ற அந்த நாட்டின் இளவரசன் அவள் அழகில் மயங்கினான். அவள் மணமான பெண் என்பதை அறிந்த அவன், அவளது கணவனைக் கொன்று விட்டு, அவளை அடைய நினைத்தான். உடனே அவளது கணவனை அழைத்த அவன்,

“எனது முழு ராணுவமும் தங்கும்படியாக ஒரு பெரிய கூடாரம் வேண்டும். ஆனாலும் அதில் பாதி காலியாக இருக்க வேண்டும். உனக்கு மூன்று நாட்கள்

அவகாசம் தருகிறேன். அதற்குள் அந்தக் கூடாரம் தயாராக வேண்டும். இல்லாவிடில் உன் தலையைச் சீவி விடுவேன். உன் சொத்துகளைப் பறிமுதல் செய்வேன்,'' என்றான்.

இளைஞன் வருத்தத்தோடு வீடு வந்தான். மனைவி,

“அன்பான கணவனே, என்ன விஷயம்? ஏன் சோகமாக இருக்கிறாய்?'' என்றாள்.

கணவன் இளவரசன் கூறியதைச் சொன்னான்.

“கவலை வேண்டாம்.'' என்ற மனைவி, கடலைப் பார்த்து “அம்மா, அம்மா, நாங்கள் உல்லாசப் பயணம் செல்லப் போகிறேன். நம் வீட்டின் சின்ன கூடாரத்தை அனுப்பு,'' என்றாள்.

கடலில் அந்த கூடாரம் மிதந்து வந்தது.இளைஞன் அதை எடுத்துச் சென்று இளவரசனிடம் தந்தான். அதை நிறுத்தவே அரண்மனை சேவகர்களுக்குப் பல நாட்கள் ஆனது. அதில் இளவரசனின் முழு ராணுவமும் நின்ற பிறகும், பாதி இடம் காலியாக இருந்தது.

“சரி. இந்த கூடாரத்தில் விரிக்க விரிப்பு ஒன்று வேண்டும். மூன்று நாட்களுக்குள் வராவிட்டால், உன் தலையை சீவி விடுவேன்,'' என்றான் இளவரசன்.

மனைவி தன் கடல் அம்மாவிடம் தன் வீட்டின் சிறிய விரிப்பைக் கொண்டு வரச் சொன்னாள். அந்த விரிப்பு கூடாரத்தில் விரிக்க சரியாக இருந்தது. மறுநாள் இளவரசன் தன் ராணுவம்முழுவதும் சாப்பிட்ட பின்னரும் மிச்சம் இருக்கும் பெரிய திராட்சைக் கொத்து வேண்டும் என்றான். அதையும் கடலின் உதவியோடு இளைஞன் கொண்டு வந்து தந்தான். பிறகு இளவரசன் பேசவும், நடக்கவும்

தெரிந்த, பிறந்து மூன்று நாட்களே ஆன ஒரு குழந்தையைக் கொண்டுவரச் சொன்னான். இந்த முறை இளைஞன் மிகவும் கவலையுற்றான்.

“கவலைப்படவேண்டாம்,” என்றாள் அவனது மனைவி. பின்னர் கடலைப் பார்த்து, “அம்மா, நம் தம்பியை அனுப்புங்கள், என் கணவர் பார்க்க ஆசைப்படுகிறார்,” என்று கத்தினாள்.

உடனே கடலில் ஒரு குட்டிக் குழந்தை மிதந்து வந்தது. இது பேசுமா, நடக்குமா என்ற சந்தேகத்தோடு அதை வீட்டுக்குத் தூக்கி வந்தான் இளைஞன். வழியில் ஒரு கல் தடுக்கித் தடுமாற, குழந்தை, “மாமா, என்னை கீழே போட்டுவிடாதீர்கள்,” என்றது. ஆஹா... பேசும் குழந்தை என்று மகிழ்ச்சியோடு அதை இளவரசனிடம் கொண்டு சென்றான். இளவரசனைப் பார்த்ததும், இளைஞனின் கையிலிருந்து குதித்து ஓடிய குழந்தை இளவரசனின் மடியில் ஏறி உட்கார்ந்தது. அவன் கன்னத்தில் ஒரு குத்து விட்டு, “என் மாமாவிற்கு இவ்வளவு துன்பம் தர உனக்கு வெட்கமாக இல்லையா, இளவரசனே! மாமாவைக் கொன்றுவிட்டு, என் அக்காவை மணம் செய்து கொள்ள நினைக்கிறாயா? வெட்கம்! வெட்கம்!” என்றது.

அத்தோடு, இளவரசன் தன் தீய எண்ணங்களை கைவிட்டான். இளைஞனிடம் மன்னிப்புக் கேட்டான். அந்த இளைஞனும், கடல்கன்னியான அவன் மனைவியும் இப்போதும் அந்தக் கடற்கரையில்தான் வசித்து வருகிறார்கள்.

12
மாய மோதிரம்

வெகு காலத்திற்கு முன் வயதான ஒரு பெண்மணியும், அவள் மகனும் வாழ்ந்தார்கள். அந்தப் பெண் எவ்வளவு துன்பம் வந்தாலும், எந்த மனிதரையும் துன்புறுத்தக் கூடாது, எந்த விலங்கையும் துன்புறுத்தக் கூடாது என்று தன் மகனுக்கு எப்போதும் அறிவுரை சொல்வாள். அவள் மகன் தினமும் காட்டிற்குச் சென்று விறகு வெட்டுவான். அதை இரண்டு பணத்திற்கு விற்பான். அந்தப் பணத்தில் தனக்கும், தன் தாய்க்கும் உணவு வாங்குவான். ஒரு நாள் அவன் உணவு வாங்கச் செல்லும் வழியில் கிராமத்துச் சிறுவர்கள் ஒரு பூனைக்குட்டியைத் துன்புறுத்தி, அது அலறுவதைக் கண்டு மகிழ்ச்சியடைவதைப் பார்த்தான்.

“ஏன் அதை துன்புறுத்துகிறீகள்? அதை விட்டுவிடுங்கள்,” என்றான்அவன்.

“உன்னிடமுள்ள பணத்தைக் கொடுத்தால், விட்டுவிடுகிறோம்,” என்றனர் அந்த சிறுவர்கள்.

அவன் உடனடியாக தன்னிடமிருந்த இரண்டு பணத்தைக் கொடுத்து, அந்தப் பூனைக்குட்டியை மீட்டு தன் வீட்டுக்குத் தூக்கிச் சென்றான். அன்று அவனும், அவன் தாயும் எதுவும் சாப்பிடவில்லை. மறுநாள் அவன் அந்த பூனைக்குட்டியைத் தூக்கிக் கொண்டு விறகு வெட்டப் போனான். அன்று அவனது விறகுகள் நான்கு பணத்திற்கு விற்றன. இரண்டு பணத்திற்கு உணவு வாங்கிக் கொண்டு, இரண்டு பணத்தை பையில் போட்டுக் கொண்டு வீடு திரும்பினான். வழியில் கிராமத்துச் சிறுவர்கள் ஒரு எலியை துன்புறுத்தி விளையாடுவதைப் பார்த்தான். அன்றும் அவர்களுக்கு இரண்டு பணம் தந்து அந்த எலியை மீட்டு வீட்டுக்கு எடுத்துச் சென்றான். மூன்றாவது நாள் ஒரு நாயை இவ்வாறு காப்பாற்றினான். நான்காம் நாள் ஒரு பாம்பைக் காப்பாற்றி, அதை வீட்டில் ஒரு ஜாடியில் போட்டு வளர்த்தான். மறுநாள் எல்லா விலங்குகளையும் அழைத்துக் கொண்டு, காட்டிற்கு விறகு வெட்டச் சென்றான். மதியம் ஒரு நீரூற்றுக்கு அருகில் சாப்பிட உட்கார்ந்தான். அனைத்து விலங்குகளுக்கும் தனது ரொட்டியில் சிறிது கொடுத்தான். பாம்பை ஜாடியிலிருந்து எடுத்து வெளியே விட்டான். அது எங்கும் போகவில்லை. அங்கேயே இருந்தது. அதற்கும் சிறிது ரொட்டியைக் கொடுத்தான். அது ரொட்டியைக் கடித்ததும், என்ன மாயம்... அது ஒரு இளைஞனாக மாறியது.

“நான் இந்தியாவில் ஒரு நாட்டின் இளவரசன். ஒரு மந்திரவாதி என்னை பாம்பாக மாற்றிவிட்டான். ஒரு இளைஞன் தன் கையால் எனக்கு ரொட்டி தரும் போது நான் பழைய உருவம் பெறுவேன் என்று கூறினான். நான் அவனிடமிருந்து தப்பி பல இடங்களில் சுற்றித் திரிந்தேன். யார் கையிலாவது

ரொட்டியை வாங்கித் தின்ன வேண்டும் என்று முயற்சி செய்தேன். கிராமத்து சிறுவர்கள் என்னை துன்புறுத்திய போது நீ என்னைக் காப்பாற்றினாய். நான் எனது நாடு திரும்பியதும், என் தந்தை உனக்கு நிறைய பரிசு தர விரும்புவார். அவர் என்ன வேண்டும் என்று கேட்கும் போது, அவர் கையில் உள்ள மோதிரத்தைக் கேள். அது ஒரு மாய மோதிரம். இதை இரண்டு முறை சுழற்றினால் இரண்டு பூதங்கள் வந்து உனக்கு வேண்டிவற்றைத் தரும்," என்றான் அந்த இளைஞன்.

நம் நாயகன் அவனை அழைத்துக் கொண்டு அவனது நாட்டிற்குச் சென்றான். அவனது தந்தை நடந்தது அனைத்தையும் அறிந்து மகிழ்ந்தார்.

"இளைஞனே, உனக்கு என்ன வேண்டும் என்று கேள். என் நாட்டில் பாதிக் கூடத் தருகிறேன்," என்றார்.

"அரசர் வாழ்க! எனக்கு உங்கள் கையில் உள்ள மோதிரம் வேண்டும்," என்றான் இளைஞன்.

"உனக்கு இதைக் கேட்க வேண்டும் என்று யோசனை கூறியவன் மட்டும் என் கையில் சிக்கினால்...." என்று நினைத்த அரசர், "நான் வாக்கு தந்துவிட்டேன். அதனால் இந்த மோதிரத்தைத் தருகிறேன்," என்று அந்த மோதிரத்தைத் தந்தார்.

அதோடு, பை நிறைய தங்கத்தையும் நிரப்பித் தந்தார். இளைஞன் தன் வீடு திரும்பி தன் தாயிடம் நடந்த அனைத்தையும் கூறினான்.

"நல்லது. நான் போய் நம் நாட்டு அரசரிடம் அவரது மகளை உனக்குத் திருமணம் செய்து தருமாறு கேட்கிறேன்," என்றாள் அவனது தாய்.

நல்ல உடைகளை உடுத்திக் கொண்டு அரண்மனை சென்றாள்.

“என்ன வேண்டும்?“ என்றார் அரசர்.

“அரசர் வாழ்க .. கடவுளின் ஆணையின்படி, உங்கள் மகளை என் மகனுக்கு மணம் செய்து தரக் கேட்டு வந்துள்ளேன்,“ என்றாள் அவள்.

“நல்லது. ஆனால் உன் மகனுக்கு எனக்கு சமமாக செல்வம் இருக்க வேண்டும். ” என்றார் அரசர்.

“நிச்சயமாக .. என்ன செல்வம் இருக்க வேண்டும்?”

”என் கஜானாவைப் போல, அவனது கஜானா முழுக்க தங்கம் இருக்க வேண்டும். எனக்கு இருப்பது போல் பெரிய அரண்மனை இருக்க வேண்டும். எனது அரண்மனையிலிருந்து அவனது அரண்மனை செல்லும் வழி முழுக்க ஒரே பெரிய நடைபாதைக் கம்பளம் விரித்திருக்க வேண்டும். இருபுறமும் மரங்கள் இருக்க வேண்டும். அதில் பால் போன்ற வெண்ணிறக் குதிரைகளில் வீரர்கள் காவலுக்கு நிற்க வேண்டும். இவை எல்லாம் இருந்தால்தான் நான் எனது மகளை மணம் செய்து வைப்பேன்,“ என்றார் அரசர்.

அந்தப் பெண்மணி வீடு வந்து மகனிடம் அனைத்தையும் கூறினாள். இளைஞன் மோதிரத்தை இரண்டு முறை சுழற்ற இரண்டு பூதங்கள் வந்தன. கையை மார்பில் வைத்தபடி,

“என்ன வேண்டும், சொல்லுங்கள்,“ என்று பணிவாகக் கேட்டன.

இளைஞன் அரசர் கூறியது அனைத்தையும் அவற்றிடம் கூறினான். அவை அன்றிரவே எல்லாவற்றையும் செய்து விட்டன. மறுநாள் அரசருக்கு ஒரே வியப்பு. தனது மகளை அவனுக்கு மணம் செய்து தந்தார். அவர்கள் நீண்ட நாட்கள் மகிழ்ச்சியாக வாழ்ந்தார்கள்.

அப்போது கெட்டவன் ஒருவன் அந்த மாய மோதிரம் பற்றிக் கேள்விப் பட்டான். அவன் ஒரு வியாபாரி போல் வேடமிட்டுக் கொண்டு அரண்மனை வந்தான். அப்போது இளைஞன் வேட்டைக்குப் போயிருந்தான். இளவரசி மட்டுமே இருந்தாள். அவன், " நான் பெண்களுக்கான பொருட்களை விற்பவன். நான் பணம் வாங்க மாட்டேன். பழைய மோதிரங்கள் இருந்தால் வாங்கிக் கொண்டு, நீங்கள் விரும்பும் பொருளை விற்பேன். உங்களிடம் பழைய மோதிரங்கள் இருந்தால், அவற்றைத் தந்து அவற்றிற்கு பதிலாக என்னிடமுள்ள பொருட்களை வாங்கிக் கொள்ளலாம்." என்றான்.

"அரண்மனையில் பழைய மோதிரங்கள் இருக்கிறதா என்று பார்க்கிறேன்," என்று அவள் நகைப் பெட்டியைப் பார்த்தாள். அதிலிருந்த மாய மோதிரத்தை எடுத்து வந்தாள்.

"இது எனது கணவரின் மோதிரம். இதை எடுத்துக் கொள்வீர்களா?" என்றாள்.

கெட்டவன் சில எதற்கும் பயன்படாத சில பொருட்களைத் தந்துவிட்டு, அந்த மோதிரத்தை வாங்கிக் கொண்டான். அந்த மோதிரத்தை இரண்டு முறை சுழற்றினான். பூதங்கள் வந்தன.

"என்னையும் இந்த அரண்மனையையும். ஏழு கடல்கள் தாண்டி உள்ள தீவிற்கு எடுத்துச் செல்லுங்கள். இந்த மோதிரத்தின் பழைய உரிமையாளனை கடலில் தள்ளிவிடுங்கள்," என்றான். அடுத்த நிமிடம் அவனும், அந்த அரண்மனையும் ஏழுகடல்கள் தாண்டி உள்ள தீவில் இருந்தனர். பின்னர் அந்த பூதங்கள் இளைஞனைப் பிடித்தன. அவனை கடலில் தள்ள நினைத்தன. பின்னர் என்ன இருந்தாலும் பழைய எஜமானர் என்று

கடலோரம் ஒரு காட்டில் போய் விட்டன. இளைஞன் அப்படியே காட்டில் திரிந்து வெளியே வந்து, ஒரு மீனவனிடம் உதவியாளனாகச் சேர்ந்தான்.

இப்போது நாம் முன்பு இளைஞன் காப்பாற்றிய விலங்குகள் என்ன ஆயின என்று பார்ப்போம். நாய். பூனை, எலி மூன்றும் தம் எஜமானருக்கு நேர்ந்த கதியை அறிந்து இளைஞனுக்கு உதவ முடிவு செய்தன. ஏழு கடல் தாண்டி உள்ள தீவிற்குச் சென்று அந்தக் கெட்டவனிடம் உள்ள மோதிரத்தைக் கைப்பற்றி அதை மீனவனின் உதவியாளனாக இருக்கும் தமது எஜமானரிடம் தர முடிவு செய்தன. நாயின் மீது பூனை உட்கார்ந்து கொண்டது. பூனை மீது எலி உட்கார்ந்து கொண்டது. நாய் இரண்டையும் சுமந்தபடி கடலில் நீந்தியது.

“எங்களை சுமந்து கொண்டு நீந்துவது சிரமமாக இருக்கிறதா?” என்று பூனையும், எலியும் கேட்டன. “இல்லை. கடல் காற்றில் கீழே விழுந்து விடாமல், இறுக்கமாகப் பிடித்துக் கொள்ளுங்கள்,” என்று சொல்லி நாய் நாக்கைத் தொங்க விட்டபடி வேகமாக நீந்தியது. மூன்றும் ஏழு கடல் தாண்டிய தீவிற்கு வந்தன. தீவில் அவர்களது எஜமானரின் மாளிகை இருந்தது. அது இரவு நேரம். நாய் மாளிகையின் சுவர் அருகே நின்றது. பூனை எலியை அழைத்துக் கொண்டு, சுவரில் ஏறி ஒரு ஜன்னலை அடைந்தது. ஜன்னல் அடைத்திருந்தது. உடனே எலி தன் கூரிய பற்களால் ஜன்னலைக் கடித்து பூனை நுழையுமளவு பெரிய ஓட்டை போட்டது. இரண்டும் உள்ளே சென்று மோதிரத்தைத் தேடின. மோதிரத்தைக் கண்டுபிடிக்க முடியவில்லை. கெட்டவன் கட்டிலில் தூங்கிக் கொண்டிருந்தான். அவன் கையில் மோதிரம் உள்ளதா என்று பார்த்தால் கையில் மோதிரம் இல்லை.

"அவன் வாய்க்குள் வைத்துக் கொண்டு தூங்குகிறானா என்று பார்ப்போம்," என்றது பூனை. எலி கவனமாக ஆராய்ந்தது. அவன் மோதிரத்தை வாயில் வைத்துக் கொண்டு தூங்குவது தெரிந்தது. என்ன செய்யலாம் என்று இரண்டும் யோசித்தன. கட்டிலுக்கு அருகே அவனது மூக்குப்பொடி டப்பா இருந்தது. உடனே எலி சமையலறைக்குச் சென்று வினிகரில் தனது வாலை நனைத்தது. பின்னர் மூக்குப்பொடி டப்பாவில் வாலை நுழைத்தது. இவ்வாறு பல முறை செய்தது. இப்போது அதன் வால் முழுக்க நிறைய மூக்குப்பொடி ஒட்டியிருந்தது. இப்போது எலி தூங்கிக் கொண்டிருந்த கெட்டவன் மீது ஏறி அவனது தாடி மீது நின்று கொண்டு தன் வாலை அவன் மூக்கிற்குள் முழுவதுமாக நுழைத்தது.

கெட்டவன் தூக்கத்திலேயே பெரிய தும்மல் போட்டான். வாயிலிருந்து மோதிரம் பறந்து வந்து வெளியே விழுந்தது. அடுத்த கணம் எலி அந்த மோதிரத்தை வாயில் கவ்விக் கொண்டு தான் போட்டிருந்த ஓட்டை வழியாக வெளியே ஓடிவிட்டது. கெட்டவன் மெழுகுவர்த்தியை ஏற்றி, அந்த வெளிச்சத்தில் மோதிரத்தைத் தேடினான். கிடைக்கவில்லை. சரி, காலையில் பார்த்துக் கொள்ளலாம் என்று திரும்பவும் தூங்கி விட்டான். மோதிரத்தை பூனை தன் வாயில் வைத்துக் கொண்டது. இரண்டும் நாயின் மீது அமர, நாய் மீண்டும் எதிர்புறமாக நீச்சலடிக்க ஆரம்பித்தது. விரைவிலேயே கரையில் இளைஞன் வேலை பார்த்த மீனவனின் வீடு தெரிந்தது.

நாய் தன் நண்பர்களிடம், "நான் உங்களை சுமந்து கொண்டு நீச்சலடிக்கிறேன். எனது பணிதான் கடினமானது. ஆனால், நீங்கள் மோதிரத்தை

எஜமானரிடம் தந்தால், அவர் உங்களைத் தான் பாராட்டுவார். என்னைப் பாராட்ட மாட்டார். எனவே மோதிரத்தை நான் வாயில் கவ்விக் கொள்கிறேன்,“ என்றது.

“நாய் அண்ணா, நீங்கள் மிகவும் களைப்பாக இருக்கிறீர்கள். களைப்பில் நீங்கள் நாக்கைத் தொங்கப் போட்டுக் கொண்டு நீச்சல் அடிக்கிறீகள். உங்கள் வாயில் மோதிரத்தைக் கவ்விக் கொண்டால், அது கடலில் விழுந்து காணாமல் போய் விடும் ஆபத்து உள்ளது. கரைக்கு வந்ததும் உங்களிடம் தருகிறேன்,” என்றது பூனை.

“இல்லை. என்னிடம் இப்போதே தரவேண்டும். இல்லாவிட்டால் நான் உங்களை கடலில் தள்ளி விடுவேன்,” என்றது நாய்.

சொல்லிவிட்டு தன் உடலைக் குலுக்கி, அவர்களைத் தள்ளி விடுவது போல் பயமுறுத்தியது. வேறு வழியின்றி, பூனை மோதிரத்தை நாயின் வாயில் வைத்தது. நாயால் ஒரு நிமிடம் கூட வாயை மூடி வைத்திருக்க முடியவில்லை. வாயைத் திறந்து நாக்கைத் தொங்க விட்டு, இளைக்க ஆரம்பித்ததும், மோதிரம் கடலில் விழுந்து விட்டது. கரையில் வந்ததும் கோபத்தில் பூனையும், எலியும் நாயைத் தாக்க ஆரம்பித்தன. பூனையின் கூரிய நகங்களையும், எலியின் கூர்மையான பற்களையும் நாயால் சமாளிக்க முடியவில்லை. அது வாலை கால்களுக்கு இடையில் விட்டுக் கொண்டு ஊளையிட்டபடி தன் தவறை ஒப்புக் கொண்டு அழுதது. மூன்றும் சண்டையிட்டுப் புரண்டபடி மீனவனின் வீட்டுக்கு வந்தன. இயல்பாகவே இரக்க குணம் கொண்ட இளைஞன் அவற்றைப் பிரித்து விட வந்தான். பார்த்தால் மூன்றும் அவனது நண்பர்கள் ! அவனைப் பார்த்ததும் மூன்றும்

வணங்கின. பின்னர் திரும்பவும் சண்டை போட ஆரம்பித்தன. இவற்றை இப்படியே விட முடியாது என்று நினைத்த இளைஞன் மூன்றையும் தனித் தனியாகக் கட்டிப் போட்டு விட்டு மூன்றிற்கும் உணவும் தண்ணீரும் தந்து, அவற்றை சமாதானம் செய்ய முயன்றான். மறுநாள் அவனுக்கு வலை நிறைய மீன்கள் கிடைத்தன. அவற்றை சந்தைக்கு எடுத்துச் செல்ல ஏற்பாடுகள் செய்தான். அதில் ஒரு பெரிய மீன் இருந்தது. அந்த மீனைப் பார்த்ததுமே நாயும், பூனையும், எலியும் பரபரப்படைந்தன. மூன்றும் தம் கயிற்றை அறுத்துக் கொண்டு வர முயன்றன. இளைஞன் அந்த மீனை அறுத்துக் கொண்டிருக்கும் போதே, தன்னைக் கட்டியிருந்த கயிற்றைக் கடித்து அறுத்துவிட்ட எலி பாய்ந்து வந்து மீனின் வயிற்றிலிருந்த மாய மோதிரத்தை எடுத்தது. தனது எஜமானரின் மடி மீது ஏறி அவனது கையில் மோதிரத்தைத தந்தது. இப்போதுதான் இளைஞனுக்கு தன் நண்பர்களின் பரபரப்பு புரிந்தது. அவன் மற்ற இரண்டையும் அவிழ்த்து விட்டான். தன் நண்பர்களை முத்தமிட்டுக் கொஞ்சினான். அவற்றின் வீரத்திற்கு நன்றி தெரிவித்தான். பின்னர் மோதிரத்தை சுழற்றி, பூதங்களை வரவழைத்தான்.

“மாளிகையை பழைய இடத்தில் கொண்டுவந்து வையுங்கள். அந்தக் கெட்டவனை கடலில் தள்ளுங்கள்,” என்றான்.

அடுத்த நிமிடம் அவனும், அவனது நண்பர்களும் அவனது மாளிகையில் இருந்தார்கள். அந்தக் கெட்டவன் இன்றுவரை கடலின் ஆழத்திற்குச் சென்று கொண்டே இருக்கிறானாம்.

13
சல்மானும், ரஸ்தமும்

சல்மான் மிக பலசாலி. மலை போன்ற உருவம். மிகவும் கொடூரமானவன். அவன் உலகின் ஒரு மூலையில் வசித்தாலும், அவனது பெயர் உலகம் முழுவதும் அச்சத்தை ஏற்படுத்தியது. அவன் மின்னல் போன்ற வேகமான குதிரையை வைத்திருந்தான். அவனது கைகள் இரும்பு போல் இருக்கும். அவன் எல்லா அரசர்களையும் மிரட்டி கப்பம் வாங்குவான். கப்பம் தராதவர்களைக் கொன்றுவிடுவான். உலகின் மற்றொரு மூலையில் மற்றொரு பலசாலி இருந்தான். அவன் பெயர் சால். அவனது மகன் பெயர் ரஸ்தம். இந்த ரஸ்தம் பிரும்மாண்டமான உருவம் கொண்டவன். அசாதாரண பலமும், வீரமும் கொண்டவன். சால் இருந்த நாடு மட்டும்தான் சல்மானுக்குக் கப்பம் கட்டவில்லை.

ஒரு நாள் சால் தன் குதிரையில் ஏறி, "அந்த சல்மான் எப்படிப்பட்டவன் என்று பார்த்து வருகிறேன்," என்று சொல்லிக் கிளம்பினான்.

நீண்ட பயணத்திற்குப் பிறகு மின்னல் போன்ற வேகமான குதிரை ஒன்றில் வந்த ஒரு வாட்டசாட்டமான மனிதனைப் பார்த்தான். அந்த மனிதன் கையில் இருந்த ஈட்டி ஒரு மனிதனின் இடுப்பின் அளவிற்கு தடிமனாக இருந்தது. அவன்தான் சல்மான் என்று சாலுக்குத் தெரியவில்லை. ஆனாலும் அவன் சண்டை போட தன் ஈட்டியை ஓங்கினான். ஆனால் வியப்பூட்டும் விதமாக அந்த மனிதன் சாலை ஏறெடுத்தும் பார்க்காமல் தன் குதிரையை ஓட்டிக் கொண்டு போய்விட்டான். சாலுக்கு அவமானமாகி விட்டது. தன் ஈட்டியை அந்த குதிரைக்காரன் மீது எறிந்தான். அவன் உடனே திரும்பி வந்து சாலப் பிடித்து தன் குதிரையின் வயிற்றில் கட்டிப் போட்டான். பிறகு, ஒரு ஊற்றின் பக்கமாக இருந்த தனது கூடாரத்திற்குச் சென்றான். அங்கு கூடாரத்தின் தூண் ஒன்றில் சாலின் காதை வைத்து ஆணி அடித்து தொங்கவிட்டு விட்டு தூங்கச் சென்றான். சால் கோபத்தில் துடித்தான்.

“அவன் ஒரு வார்த்தை கூட பேசவில்லை. அவனது பெயரைக் கூட சொல்லவில்லை. அவன் யார் என்று கண்டு பிடிக்க வேண்டும்,” என்று புலம்பினான்.

தூங்கி எழுந்த சல்மான்,

“டேய், நீ யார்?” என்றான்.

சால், “நான் சால் இருக்கும் நாட்டைச் சேர்ந்தவன்,” என்றான். பயத்தால் தான் தான் சால் என்று சொல்லாமல் மறைத்தான்.

“ஹா..” என்று சொல்லியபடி சாலின் காதை விடுவித்தான் சல்மான். “இதை ஏன் முன்பே சொல்லவில்லை. போய் சாலின் மகன் ரஸ்தமை இங்கு வரச் சொல். நான் அவனோடு சண்டை போட வேண்டும். ஒரே நேரத்தில் இரு பலசாலிகள் இருக்கக் கூடாது. யார் அதிக பலசாலி என்பதை உலகம்

அறியவேண்டும். நான்தான் சல்மான்," என்றான்.

சால் தன் வீடு வந்து சேர்ந்தான். பெருமூச்சு விட்டான்.

"அப்பா, ஏன் பெருமூச்சு விடுகிறீர்கள்? நீங்கள் சால். நான் ரஸ்தம். நாம் பலசாலிகள். அப்படி இருந்தும் என்ன கவலை? சொல்லுங்கள்," என்றான் ரஸ்தம்.

சால் தான் சல்மானைச் சந்தித்த விஷயத்தைச் சொன்னான். ரஸ்தமை சண்டைக்கு அழைத்ததைச் சொன்னான். ரஸ்தம் தன் தம்பி வையானை அழைத்துக் கொண்டு, புனிதப் பயணம் செல்பவர்கள் போல் வேடமிட்டுக் கொண்டு கிளம்பினான். வெள்ளைக் குளம்பு கொண்ட தன் குதிரையின் இரண்டு கண்களையும் முத்தமிட்ட அவன்,

"அப்பா, எனக்கு ஏதேனும் ஆபத்து என்றால் என் குதிரைக்குத் தெரிந்துவிடும். அது தரையில் தனது கால்களால் உதைக்கும். அப்போது அதை அவிழ்த்து விடுங்கள். அது என்னைக் கண்டுபிடித்து விடும்,"என்றான்.

ரஸ்தமிற்குத் துணையாக வந்த வையான் ஒரு அதிசயப் பிறவி. அவனுக்கு அற்புதமான குரல் வளம் இருந்தது. அவன் கிழக்கிலிருந்து கத்தினால் மேற்கில் கேட்கும். நீண்ட பயணத்திற்குப் பிறகு அவர்கள் ஒரு நகரத்திற்கு வந்தார்கள். ஊருக்கு வெளியே ஒரு ஓடைக்கருகே தங்கினார்கள். ரஸ்தம் தூங்கிக் கொண்டிருக்கும் போது, நகரத்தில் பெரும் கூச்சல் எழுந்ததை வையான் கேட்டான். என்ன என்று விசாரித்தான். ஊர் மக்கள் எல்லோரும் மார்பில் அடித்துக் கொண்டு, தலையைப் பிய்த்துக் கொண்டு அழுது கொண்டிருந்தனர்.

"என்ன விஷயம்?" என்றான் வையான்.

“சல்மான் வந்திருக்கிறான். நாங்கள் ஏழாண்டுகளாக அவனுக்கு கப்பம் கட்டவில்லை. அதை மொத்தமாகக் கேட்கிறான்,” என்றனர் ஊர்மக்கள்.

மக்கள் எல்லோரும் சேர்ந்து பணம் வசூலித்தனர். ஆனால் யார் எடுத்துச் சென்று தருவது என்ற பிரச்சனை வந்தது. ஏனெனில் பணத்தைக் கொண்டு போய் தரும் ஆளை சல்மான் நிச்சயம் கொன்று விடுவான்.

“நான் எடுத்துப் போகிறேன்.” என்றான் வையான்.

சற்று நேரத்தில்,

“ரஸ்தம், எனக்கு உதவி செய், என்னை சல்மான் தூக்கிச் செல்கிறான்” என்று வையான் கத்துவது ரஸ்தமிற்குக் கேட்டது.

ரஸ்தம் எழுந்தான். நடந்தவற்றை ஊர் மக்களிடமிருந்து அறிந்தான். அதற்குள் அவனது வெள்ளைக் குளம்பு கொண்ட குதிரை அவனிடம் வந்து நின்றது. அதில் ஏறி விரைவிலேயே அவன் சல்மானின் கூடாரத்திற்கு அருகில் சென்றான். வையானின் காதில் ஆணி அடித்து அவனை கூடாரத்தின் தூணில் தொங்க விட்டு விட்டு சல்மான் ரஸ்தமிடம் வந்தான். உலகம் இது வரை பார்த்திராத பயங்கரமான சண்டை இருவருக்கும் நடந்தது. கத்தி, ஈட்டி, வில், அம்பு எல்லாம் உடைந்தன. கடைசியில் இருவரும் ஒருவரது தலைமுடியை ஒருவர் பிடித்துக் கொண்டு கட்டிப் புரண்டு சண்டை போட்டனர்.

இன்று வரை அந்த சண்டை முடியவில்லை. யாரும் யாரையும் வெல்லவில்லை. இருவரும் போராடிக் கொண்டே இருக்கிறார்கள். ஒருவரையொருவர் இழுத்துத் தள்ளும் போது உலகமே நடுங்கும். அதுதான் பூகம்பம். அப்போது கேட்கும் சத்தம் வையானின் அலறல்.

14
உலக அழகி

பாக்தாத்தில் ஒரு செல்வந்தர் ஏராளமான பொருள் சேர்த்து வைத்திருந்தார். அவருக்கு மனைவியும், ஒரு மகனும் இருந்தார்கள். ஒரு நாள் செல்வந்தருக்கு உடல் நலம் சரியில்லாமல் போனது. தான் இறந்து போய்விடுவோம் என்று உணர்ந்தார். மரணப் படுக்கையில், தன் மகனை அழைத்து,

"மகனே, இளவரசர்களிடம் கூட இல்லாத அளவிற்கு நான் நிறைய சொத்து சேர்த்து வைத்திருக்கிறேன். எல்லாம் உனக்குத் தான். எனது தொழில்களை நீயும் தொடர்ந்து செய். எனது சொத்துகளை அனுபவி. ஆனால் எக்காரணம் கொண்டும் டிஃப்லிஸ் நகரத்திற்கு மட்டும் போய் விடாதே," என்றார்.

பின்னர், தனது மனைவியை அழைத்து தனது செல்வங்கள் எவ்வாறு வந்தன என்ற ரகசியங்களைச் சொன்னார். தனது ரகசிய அறையின் சாவியை அவளிடம் தந்தார்.

“நமது மகன் எல்லா சொத்தையும் இழந்து ஏழையாகி விடும் போது, இந்த ரகசியங்களை அவனுக்கு நீ சொல்,” என்றார்.

சில நாட்களில் அவர் இறந்து போனார். மகன் அவரது வியாபாரங்களைத் தொடர்ந்தான். ஒரு நாள் அவன் நாற்பது ஒட்டகங்களில் பொருட்களை எடுத்துக் கொண்டு, எர்ஸரம் நகரத்திற்குச் சென்றான். அங்கே கிழிந்த ஆடை அணிந்த இருவர் தம் மார்பில் அடித்துக் கொண்டு அழுது கொண்டிருந்ததைப் பார்த்தான்.

“என்ன விஷயம்?” என்று கேட்டான் இளைஞன்.

“அதெல்லாம் சொல்ல முடியாது,” என்றான் ஒருவன்.

இளைஞன் மிகவும் அன்போடு,

“உங்கள் துன்பம் என்ன என்று சொல்லுங்கள். என்னால் தீர்த்து வைக்க முடியுமா என்று பார்க்கிறேன்,” என்றான்.

“நீங்கள் எங்களை பார்த்திருக்கவே கூடாது. நீங்களும் எங்களைப் போல் ஆகி விடுவீர்கள்,” என்று அவர்கள் அழுதார்கள்.

“எப்படி?”

“நாங்கள் இருவரும் உங்களைப் போலவே பணக்கார வியாபாரிகள்,” என்றார்கள் அவர்கள். “நாங்கள் இருவரும் டிஃப்லிஸ் நகரத்திற்குச் சென்றோம். அந்த நாட்டு அரசனின் மகள் பெரிய உலக அழகி என்று கேள்விப்பட்டோம். அவளைப் பார்க்க ஆசைப்பட்டோம். நாற்பது தங்கக் கட்டிகள் தந்தால் ஒரு கண்ணாடி வழியாக அவளைப் பார்க்கலாம் என்றார்கள். அவ்வாறு அவளைப் பார்த்தோம். அவள்

மீது காதல் கொண்டோம். தினமும் நாற்பது தங்கக் கட்டிகள் தந்து அவளைப் பார்த்ததில் நாங்கள் எங்களது சொத்துகளை இழந்தோம். இருவரும் எண்பது ஒட்டகங்கள் சுமக்கக் கூடிய அளவு செல்வத்தை இழந்து இன்று இப்படி ஏழைகளாக இருக்கிறோம்.'' இளைஞன் அவர்களுக்கு கை நிறைய பொற்காசுகளைத் தந்தான். மறுநாள் தனது பொருட்களை ஒட்டகங்களில் ஏற்றிக் கொணடு டிஃப்லிஸ் நகரத்திற்குச் சென்றான். நாற்பது தங்கக் கட்டிகளைத் தந்து கண்ணாடி வழியாக உலக அழகியைப் பார்த்தான். அவள் அழகில் மயங்கினான். தன் சொத்துகள் அனைத்தையும் செலவழித்து தினமும் அவளைப் பார்த்தான். கடைசியில் கையில் பணம் இல்லாமல் போனதும் பாக்தாத் திரும்பினான். தன் தாயிடம் நடந்ததைச் சொன்னான். உன் தந்தை டிஃப்லிஸ் போகாதே என்று எச்சரித்தாரே என்று தாய் திட்டினாள். இவன் அழுதான். இனிமேல் டிஃப்லிஸ் பக்கம் போக மாட்டேன் என்று சத்தியம் செய்தான். பின்னர் தந்தையின் ரகசிய அறையிலிருந்து எதையாவது எடுத்துக் கொடுத்தால், தான் அதை வைத்துப் பிழைத்துக் கொள்ளலாம் என்று தாயிடம் கேட்டான். அவன் தாய் ரகசிய அறையிலிருந்து ஒரு தோல்பையைக் கொண்டு வந்து தந்தாள்.

"இந்தப் பையில் இன்று நீ நாற்பது செம்புக் கட்டிகளைப் போட்டால் நாளை காலை அவை தங்கக் கட்டிகளாக மாறிவிடும். இவ்வாறு மூன்று அண்டுகளுக்குச் செய்யலாம். அடுத்த மூன்று ஆண்டுகளுக்கு இந்தப் பையில் தங்கக் கட்டிகளைப் போட்டால் அவை மறுநாள் செம்புக் கட்டிகளாக மாறும்,'' என்று சொல்லித் தந்தாள்.

"நல்லது. இந்தப் பை மூலம் தினமும் குறையாத செல்வம் கிடைக்கும்,'' என்று இளைஞன் மகிழ்ந்தான்.

கையில் பணம் சேர்ந்ததும், தாயிடம் தான் செய்த சத்தியத்தை மறந்தான். டிஃப்லிஸ் சென்றான். தினமும் நாற்பது தங்கக் கட்டிகள் தந்து உலக அழகியைப் பார்த்தான். எனினும் அவனது செல்வம் குறையவில்லை. இது உலக அழகிக்கு வியப்பைத் தந்தது. ஒரு நாள் அவள் இளைஞனின் ரகசியத்தைத் தெரிந்து கொள்வதற்காக அவனை விருந்துக்கு அழைத்தாள்.

"உன்னை நான் மிகவும் காதலிக்கிறேன். உன் செல்வத்தின் ர்கசியத்தைச் சொன்னால் நான் உன்னை மணந்து கொள்வேன்." என்றாள்.

தந்திரசாலியான அந்தப் பெண்ணால் இளைஞன் எளிதாக ஏமாற்றப்பட்டான். அவன் தனது மாயப் பையைக் காட்டினான். அதைப் பற்றி விளக்கினான். அவள் மதுவில் மயக்க மருந்தைக் கலந்து அவனுக்குத் தந்தாள். அவன் மயங்கி விழுந்ததும், அந்தப் பையை எடுத்துக் கொண்டு, அவனை வீதியில் வீசி எறிந்தாள். இளைஞன் வீடு வந்து தான் ஏமாற்றப்பட்டதை தன் தாயிடம் சொல்லி அழுதான். இனிமேல் டிஃப்லிஸ் போக மாட்டேன். அப்பாவின் அறையிலிருந்து வேறு ஏதாவது ஒரு பொருளை எடுத்துக் கொடு. நான் அதை வைத்துப் பிழைத்துக் கொள்கிறேன் என்றான். தாய் இரக்கப்பட்டாள். கணவரின் ரகசிய அறைக்குச் சென்று ஒரு மாயத் தொப்பியை எடுத்து வந்தாள்.

"இது ஒரு மாயத் தொப்பி. இதை அணிந்தால் நீ யார் கண்ணுக்கும் தெரியாமல் மாயமாய் மறைந்து விடுவாய்," என்று சொல்லித் தந்தாள்.

இது இளைஞனுக்கு மிகவும் வசதியாகப் போய் விட்டது. நேராக டிஃப்லிஸ் சென்று தொப்பியை அணிந்து கொண்டு, உலக அழகியின் மாளிகைக்குள் யார் கண்ணிலும் படாமல் நுழைந்தான். அவளது

அறைக்குள் நுழைந்து ஆசை தீர அவளைப் பார்த்துக் கொண்டே இருந்தான். உலக அழகிக்கும், அவளது பணிப்பெண்களுக்கும் அறையில் யாரோ ஒருவர் தம்மை கவனித்துக் கொண்டே இருப்பது போன்ற உணர்வு இருந்தது. ஆனால் யார் என்று தெரியவில்லை. பல நாட்களுக்குப் பிறகு, உலக அழகிக்கு இது அந்த பாக்தாத் இளைஞன் தானோ என்று சந்தேகம் வந்தது.

அவனது பெயரைச் சொல்லி அழைத்து, "உனது உருவத்தைக் காட்டு. நான் உன்னை மணந்து கொள்கிறேன்." என்று சத்தமாகச் சொன்னாள்.

உடனே இளைளஞன் தொப்பியைக் கழற்ற அவனது உருவம் உலக அழகிக்குத் தெரிந்தது.

"அன்பே, நான் உங்கள் மீதுள்ள காதலால் உருகிக் கொண்டிருக்கிறேன். உங்களைப் பிரிந்ததிலிருந்து மிகவும் வாடுகிறேன். நீங்கள் மாயமாய் மறையும் ரகசியத்தைச் சொன்னால், நான் உங்களை மணப்பேன்," என்றாள்.

இளைஞன் அவளது ஆசை வார்த்தைகளில் மயங்கி, தன் தொப்பி ரகசியத்தைச் சொன்னான். அவள் முன்பு போலவே மதுவில் மயக்க மருந்து கலந்து தந்தாள். இவன் மயங்கியதும் தொப்பியைப் பறித்துக் கொண்டு இவனை வீதியில் வீசினாள். இளைஞன் வழியெங்கும் பிச்சை எடுத்து சாப்பிட்டுக் கொண்டு பாக்தாத் வந்து சேர்ந்தான். பழையபடி தாயிடம் அழுதான். இனி டிஃப்லிஸ் செல்ல மாட்டேன் என்று சத்தியம் செய்தான். தன் தந்தையின் ரகசிய அறையிலிருந்து வேறொரு பொருளை எடுத்துத் தருமாறு வேண்டினான்.

"இது தான் கடைசி மந்திரப் பொருள். இதையும் தொலைத்தால், நீ தெருவில் பிச்சை எடுக்க வேண்டியதுதான்," என்றாள் அவனது தாய். பிறகு ஒரு

ஊதுகுழலைத் தந்தாள். அதை ஊதியவுடன் ஏராளமான வீரர்கள் வந்தார்கள்.

“இப்போது அதன் மறு முனையில் வாய் வைத்து ஊது,” என்றாள் தாய். அப்படி ஊதியதும், அந்த வீரர்கள் அப்படியே மறைந்து போனார்கள்.

“அம்மா, இந்த வீரர்களின் உதவியுடன் நான் அந்த உலக அழகியை வென்று இழந்தவற்றை மீட்டு வருகிறேன்,“ என்று கிளம்பினான் இளைஞன்.

டிஃப்லிஸ் அருகே ஒரு மலையடிவாரத்தில் நின்று தனது ஊதுகுழலை ஊதினான். கண் இமைப்பதற்குள் லட்சக்கணக்கான வீரர்கள் வந்து டிஃப்லிஸ் நகரை முற்றுகை இட்டார்கள். வீரர்கள் நிற்கக் கூட இடமில்லை. அவ்வளவு பெரிய படை. டிஃப்லிஸ் நகரத்து மக்கள் அஞ்சி நடுங்கினார்கள். அரசன் தன் தூதர்களை அனுப்பி, என்ன வேண்டும், என்று கேட்டான்.

“போர். போர்... என்னை யாரென்று நினைத்தீர்கள்?” என்றான் இளைஞன்.

தூதர்கள் படையெடுத்து வந்தது பாக்தாத் இளைஞன் என்று அரசரிடம் சொன்னார்கள். உடனே அரசன் தன் மகளை அழைத்து,

“இந்த பிரச்சனைக்கு நீதான் காரணம். எனவே, நாடே அழிந்துவிடும் முன், நீ சென்று அந்த இளைஞனைச் சந்தித்து, சமாதானம் செய்,” என்றான்.

அவள், “என் அன்பே, நான் உங்களிடம் வருகிறேன். நாம் அப்படியே நேராக தேவாலயம் சென்று மணம் செய்து கொண்டு, எங்கள் மாளிகைக்குச் செல்லலாம். ஆனால், நான் வருவதற்குள் உங்கள் படையை திருப்பி அனுப்பி விடுங்கள்,” என்று செய்தி அனுப்பினாள்.

பின்னாலேயே தானும் சென்றாள். அவள் வருவதைப் பார்த்ததும், இளைஞன் ஊதுகுழலின் மறுமுனையில் வாய் வைத்து ஊத படை மறைந்தது. உலக அழகி இளைஞனிடம் வந்து பழைய விஷயங்களுக்காக மன்னிப்புக் கேட்டாள். மிகவும் அன்பாக, இனிமையாகப் பேசினாள். அவர்களுடைய திருமணத்திற்கு சம்மதம் தெரிவித்து அவளது தந்தை எழுதி அனுப்பிய கடிதத்தைக் காட்டினாள். இளைஞன் ஊதுகுழல் ரகசியத்தைச் சொன்னாலும், அதை அவளிடம் தரவில்லை.

“நல்லது, உங்கள் ஊதுகுழலை பெட்டியில் வைத்துப் பூட்டுங்கள். அதை நமது மாளிகைக்கு அனுப்பி விடுவோம். கையில் ஊதுகுழலோடு தேவாலயம் செல்லக் கூடாது என்று பெரியவர்கள் சொல்வார்கள். திருமணம் முடிந்த பிறகு நீங்கள் நம் மாளிகைக்கு வந்து பெட்டியின் பூட்டு சரியாக இருக்கிறதா என்று சோதித்துப் பார்த்துக் கொள்ளலாம்,” என்றாள் உலக அழகி.

இளைஞன் சம்மதித்தான். ஊதுகுழலை பெட்டியில் வைத்துப் பூட்டி, அவளது மாளிகைக்கு அனுப்பினான். இருவரும் தேவாலயம் சென்றார்கள். தேவாலயத்தின் வாசலில், அவள்,

“ஐயோ! என் தாய் தந்தையரின் கைகளை முத்தமிட்டு ஆசி பெற மறந்து விட்டேனே! நான் உடனே போய் அவர்களிடம் ஆசி பெற்று வருகிறேன். நீங்கள் இங்கேயே இருங்கள்,” என்றாள்.

இளைஞன் அவளை நம்பி அவளை மாளிகைக்கு அனுப்பினான். மாளிகை சென்ற அவள், அந்தப் பெட்டியின் பூட்டை உடைத்தாள். ஊதுகுழலை எடுத்துக் கொண்டு, இளைஞனை ஊரை விட்டுத்

துரத்தும்படி தன் வீரர்களுக்குக் கட்டளையிட்டாள். இளைஞனுக்கு வாழ்க்கையே வெறுத்து விட்டது. இனி எப்படி தாயின் முகத்தில் முழிப்பது? இங்குமங்கும் அலைந்து திரிந்து கடைசியாக கடற்கரைக்கு வந்தான்.

"எங்காவது உலகின் கண்காணாத ஒரு நாட்டுக்குச் சென்றுவிட வேண்டியது தான்," என்று முடிவு செய்தான்.

ஒரு கப்பலில் அவனை வேலைக்காரனாகச் சேர்த்துக் கொண்டார்கள். அந்தக் கப்பல் நடுக்கடலில் சென்று கொண்டிருந்த போது பெரிய புயல் வந்தது. கப்பல் கவிழ்ந்தது. இளைஞன் ஒரு மரத்துண்டைப் பிடித்துக் கொண்டு நீந்தி யாருமே இல்லாத ஒரு தீவை அடைந்தான். அங்கு காய்கள், பழங்களைச் சாப்பிட்டு உயிர் வாழ்ந்தான். ஒரு நாள் பக்கம் பக்கமாக இரண்டு ஆப்பிள் மரங்கள் இருந்ததைப் பார்த்தான். ஒரு மரத்தின் பழங்கள் சாதாரண அளவில் இருந்தன. மற்றொரு மரத்தின் பழங்கள் ஒரு மனிதனின் தலை அளவிற்கு பெரியதாக இருந்தன. அதைப் பார்த்ததும் தின்ன வேண்டும் போல் ஆசையாக இருந்தது.

"ஆஹா... எவ்வளவு பெரிய பழம்," என்று அவன் ஒரு பழத்தை ஆசையாகத் தின்றான். தின்றவுடன் நீண்ட காதுகளும், வாலும் கொண்ட கழுதையாக மாறிவிட்டான். கழுதையாக மாறிவிட்டதால், ஆங்காங்கே வளர்ந்திருந்த புற்களைத் தின்று பசியாறினான். ஆனால் தான் மனிதன் என்ற உணர்வு அவனுக்கு இருந்தது. பழைய நினைவுகள் எல்லாம் இருந்தன. ஒரு நாள், அந்த இரண்டு ஆப்பிள் மரங்களில் சிறிய பழங்கள் இருந்த மரத்திலிருந்து உதிர்ந்த ஒரு பழத்தைத் தின்றான். என்ன ஆச்சரியம்! அவன் பழையபடி இளைஞனாக மாறிவிட்டான்.

"நல்லது, இந்த அதிசயப் பழங்களை நான் நல்ல விதமாகப் பயன்படுத்துவேன்," என்று நினைத்தான்.

இரண்டு வகைப் பழங்களையும் நிறைய பறித்துக் கொண்டான். ஒரு நாள் தூரத்தில் ஒரு கப்பல் வருவதைப் பார்த்தான். உதவி உதவி என்று கூச்சலிட்டு சைகை காட்டவும், கப்பல் இவன் இருந்த தீவிற்கு வந்தது. கப்பல் தலைவன் அவன் மீது இரக்கப்பட்டு, கட்டணம் எதுவுமின்றி, அவனை டிஃப்லிஸ் நகரத்தில் இறக்கி விட்டான். இளைஞன் ஒரு வியாபாரி போல் வேடமிட்டுக் கொண்டு உலக அழகியின் மாளிகைக்குச் சென்றான். தலை அளவு பெரிய ஆப்பிள்களைப் பார்த்து வியந்த உலக அழகி, இருபது தங்கக் காசுகள் தந்து இரண்டு பெரிய பழங்களை வாங்கிக் கொண்டாள். அவளும், அவளது நாற்பது பணிப் பெண்களும் அந்த ஆப்பிள்களைத் துண்டு போட்டுத் தின்றனர். அடுத்த நிமிடம் எல்லோரும் கழுதையாக மாறி கனைக்க ஆரம்பித்தனர். கழுதையாக இருந்த போதும், உலக அழகி மிக அழகான கழுதையாக இருந்ததை சொல்லித் தான் ஆக வேண்டும்! அரசன் வந்து நடந்ததை அறிந்து வியப்பும் அடைந்தான். துக்கமும் அடைந்தான். இப்போது இளைஞன் ஒரு மருத்துவனாக வேடமணிந்து ஊருக்குள் திரிந்தான். ஊரில் உள்ள மருத்துவர்கள் யாராலும் உலக அழகியை மீண்டும் பெண்ணாக மாற்ற முடியவில்லை. சேவகர்கள் இந்த புதிய மருத்துவரை மாளிகைக்கு அழைத்துச் சென்றனர்.

அதற்குள் பாதிரியார்கள், துறவிகள், ஜோதிடர்கள், சூனியக்காரிகள், மந்திரவாதிகள், எலி ஜோசியம், கிளி ஜோசியம் பார்ப்பவர்கள், மை போட்டுப் பார்ப்பவர்கள், கைரேகை பார்ப்பவர்கள், நாடி ஜோதிடம், சோவி ஜோதிடம் பார்ப்பவர்கள் என்று எல்லாவிதமான மந்திரவாதிகளும், ஜோதிடர்களும்

மாளிகை முன்பாகக் கூடிவிட்டனர். எல்லோருமே உலக அழகியின் கெட்ட புத்திக்காகக் கிடைத்த தண்டனை இது, இதை சரிசெய்யவே முடியாது என்றே நினைத்தனர்.

"நான் இந்தக் கழுதைகளை மீண்டும் மனிதர்களாக மாற்றி விடுவேன். ஆனால், அதற்கு இரண்டு நிபந்தனைகள். ஒன்று உங்கள் மகளை எனக்கு மணம் செய்து தர வேண்டும். இரண்டாவது நான் எதைக் கேட்டாலும் தரவேண்டும்," என்று அரசனிடம் கேட்டான் இளைஞன்.

"சரி" என்றான் அரசன்.

இந்த ஒப்பந்தத்தை எழுதி அரசனும், அவனது பன்னிரண்டு மந்திரிகளும் கையெழுத்திட்டு இளைஞனிடம் தந்தார்கள். இளைஞன் அந்தப் பத்திரத்தை தன் பையில் வைத்துக் கொண்டு,

"உங்கள் மகள் இரு வியாபாரிகளிடமிருந்து பறித்த எண்பது ஒட்டகங்கள் சுமக்குமளவான பொருட்களைக் கொண்டு வாருங்கள்," என்றான்.

அரசன் உத்தரவிட, அந்தப் பொருட்கள் வந்தன.

"பாக்தாத் இளைஞனிடமிருந்து பறித்த நாற்பது ஒட்டகங்கள் சுமக்குமளவான பொருட்கள், மந்திரப் பை, தொப்பி, ஊதுகுழல், அந்த மந்திரப் பையிலிருந்து இத்தனை நாட்களாக தினமும் எடுத்த பொற்காசுகள் எல்லாவற்றையும் கொண்டு வாருங்கள்," என்றான்.

அரசனுக்கு இவனுக்கு எப்படி இதெல்லாம் தெரியும் என்று வியப்பாக இருந்தது. எனினும், ஒப்பந்தப்படி கேட்டதைக் கொண்டு வந்து தந்தான். பொற்காசுகள் தான் செலவானபடியால், சரியான எண்ணிக்கையில் தரமுடியவில்லை. எல்லாவற்றையும் வாங்கிக்

கொண்ட பின், தன் பையிலிருந்த சிறிய ஆப்பிள்களில் இரண்டை எடுத்து துண்டு துண்டாக நறுக்கி, கழுதைகளுக்குத் தர, அவை பழையபடி பெண்களாக மாறின. அதன் பிறகு அவன் தான் யார் என்பதைக் கூறினான். உலக அழகியை அழைத்துக் கொண்டு, எல்லாப் பொருட்களையும் எடுத்துக் கொண்டு பாக்தாத் கிளம்பினான். பாதுகாப்பிற்காக ஊதுகுழலை ஊதி, வீரர்களை வரவழைத்துக் கொண்டான். பெரிய ஊர்வலமாகச் சென்றார்கள். வழியில் பிச்சைக்காரர்களாக இருந்த இரண்டு வியாபாரிகளிடம் அவர்களது பொருட்களை திருப்பித் தந்தான். பெரும் ஆரவாரத்தோடு பாக்தாத் வந்து சேர்ந்தான்.

“அம்மா, இவை எல்லாம் எனது சொத்துகள். இந்தப் பெண்தான் என்னை மிகவும் துன்புறுத்தியவள். நான் கழுதையாக மாறி இவளை எப்படித் திருத்துவது என்று அறிந்து கொண்டேன். இவளும் கழுதையாக மாறிய பிறகு, ஏமாற்றுக்காரியாக இருக்கக் கூடாது என்பதை அறிந்து கொண்டாள். இப்பொழுது நல்லவளாக மாறிவிட்டாள். உனக்கு அன்பான மருமகளாக இருப்பாள்,” என்று தன் தாயிடம் நடந்தவற்றைக் கூறினான்.

உலக அழகி தன் மாமியாரின் கைகளைப் பிடித்து முத்தமிட்டு தன் மரியாதையைத் தெரிவித்தாள். அவர்களது திருமணக் கொண்டாட்டங்கள் நாற்பது நாட்களுக்கு நடந்தன.

www.ingramcontent.com/pod-product-compliance
Lightning Source LLC
LaVergne TN
LVHW060144051026
849517LV00007B/2555

* 9 7 8 9 3 9 5 7 7 6 2 1 9 *